மாற்றத்திற்கான வாசிப்பு

(தொகுதி–1)

முனைவர் பலராமன் சுப்புராஜ்

பாரதி
புத்தகாலயம்

Matrathirkana Vasippu (in Tamil)

Dr. Balaraman Subburaj

First Published: October, 2023

Published by
BHARATHI PUTHAKALAYAM
7, Elango Salai, Teynampet, Chennai - 600 018
Email: bharathiputhakalayam@gmail.com / www.thamizhbooks.com

மாற்றத்திற்கான வாசிப்பு

முனைவர் பலராமன் சுப்புராஜ்

முதல் பதிப்பு: அக்டோபர், 2023

வெளியீடு:
பாரதி புத்தகாலயம்
7, இளங்கோ சாலை, தேனாம்பேட்டை, சென்னை - 600 018.
தொலைபேசி : 044-24332424, 24330024 | விற்பனை: 24332924.

விற்பனை நிலையங்கள்
அருப்புக்கோட்டை: கதவுஎண் 49 A/4 மெயின் ரோடு, தெற்கு தெரு - 9994173551
ஈரோடு: 39: 39 ஸ்டேட் பாங்க் சாலை - 9245448353
கரூர்: நாரத கானசபா அருகில் (TNGEA OFFICE)- 9442706676
காரைக்குடி : 12, 2 வது தெரு, கம்பன் மணிமண்டபம் பின்புறம் - 9443406150
கும்பகோணம்: 352, ரயில் நிலையம் எதிரில் - 9443995061
குன்னூர்: N.K.N வணிக வளாகம் பெட்போர்ட்
கோவை: 77, மசக்காளிபாளையம் ரோடு, பீளமேடு - 8903707294
சிதம்பரம்: 22A / 18B தேரடி கடைத் தெரு, கீழவீதி அருகில் - 9994399347
செங்கல்பட்டு: 1 D ஜி. எஸ்.டி சாலை - 044 27426964
சேலம்: 15, வித்யாலயா சாலை சாலை
தஞ்சாவூர்: காந்திஜி வணிக வளாகம் காந்திஜி சாலை - 9655542400
திண்டுக்கல்: பேருந்து நிலையம் - 9942331105, 9976053719
திருச்சி: வெண்மணி இல்லம், கரூர் புறவழிச்சாலை - 9994289492
திருநெல்வேலி: 25கி, ராஜேந்திரநகர் - 9442149981
திருப்பூர்: 447, அவினாசி சாலை - 9486105018
திருவண்ணாமலை: முத்தம்மாள் நகர்
திருவல்லிக்கேணி: 48, தேரடி தெரு - 9444428358
திருவாரூர்: 35, நேதாஜி சாலை - 9442540543
நாகர்கோவில்: 699 கே.பி.ரோடு R.V.புரம் - 9443450111
நெய்வேலி: பேருந்து நிலையம் அருகில், - 9443659147
பழனி: பேருந்து நிலையம் அருகில் - 9442883696
பாண்டிச்சேரி : கிழக்கு கடற்கரைச்சாலை, இலாசுப்பேட்டை, 9486102777
பெரம்பூர்: 52, கூக்ஸ் ரோடு - 9444373716
மதுரை: 37A, பெரியார் பேருந்து நிலையம் - 045 22324674
மதுரை: சர்வோதயா மெயின்ரோடு
வடபழனி: பேருந்து நிலையம் எதிரில் அடையார் ஆனந்தபவன் மாடியில் - 9444476967
விருதுநகர்: 131, கச்சேரி சாலை - 0456 2245300
வேலூர்: பேஸ் III, சத்துவாச்சாரி - 9442553893

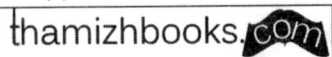

நினைத்த நூல்கள்... நினைத்த நேரத்தில்... BharathiTV | www.bookday.in

ரூ. 50/-
அச்சு : பிரிண்டெக், சென்னை - 600 005.

ஏ.கே.ஆர்.சுப்புராஜ்

சு.கோவிந்தம்மாள்

தாய், தந்தையருக்கு அன்பு வணக்கம்

எழுத்தாளர் பெருமாள்முருகன் அவர்களுக்கு...

நன்றி
ஜீ தமிழ் நியூஸ்

பலராமன் கட்டும் பாலம்

ஒரு வாகனத்தில் எரிபொருள் இல்லையெனில் அந்த வாகனம் எவ்வளவு சிறந்த நிலையில் இருந்தாலும் ஓடாது. ஊடகவியலாளர்களுக்கு வாசிப்பும் அப்படித்தான். எவ்வளவுதான் திறமையாளராகவும் உழைப்பாளியாகவும் இருந்தாலும் தொடர்ந்து வாசிக்கும் பழக்கம் அற்ற ஊடகவியலாளர்களால் தங்கள் பணியை அடுத்த கட்டத்திற்குக் கொண்டுபோக முடியாது. செக்குமாட்டின் இயக்கம்போலச் செய்ததையே திரும்பத் திரும்பச் செய்துகொண்டிருக்க வேண்டியதுதான். முனைவர் பலராமன் சுப்புராஜுக்கு அந்தப் பிரச்சினை இல்லை. அவருடைய வாசிப்பும் வாசிப்பு சார்ந்த சிந்தனையும் அவர் தன்னைத் தொடர்ந்து புதுப்பித்துக்கொண்டே இருக்க உதவுகின்றன. தன்னை மேம்படுத்திக்கொள்வதற்காக வாசிக்கும் அவர் பிறரும் பயன்படும் வகையில் அந்த நூல்களைப் பற்றி எழுதவும் செய்கிறார். அப்படிப்பட்ட எழுத்துகளின் தொகுப்புதான் மாற்றத்திற்கான வாசிப்பு.

புனைவு, அல்புனைவு எனப் பல விதமான நூல்களையும் தொடர்ந்து வாசித்துவரும் பலராமன் அந்த நூல்களில் பலவற்றைத் தான் பணிபுரியும் ஊடகங்களில் அறிமுகப்படுத்தும் பணியைத் தவறாமல் செய்துவருகிறார். நூல்களை மட்டுமின்றி நூலாசிரியர்களையும் நேர்காணல்கள் வழியாக அறிமுகப்படுத்தி வருகிறார். வாசிப்பை வளர்ப்பதற்கான இத்தகைய செயல்பாடுகள் அறிவுச்சூழலை வலுப்படுத்துவதற்கு முக்கியமானவை. அறிமுகம் என்னும் நிலையைத் தாண்டி மதிப்புரையாக அவர் எழுதிய சில கட்டுரைகள் இந்தத் தொகுப்பில் உள்ளன. இந்த நூலில் அவர் முன்வைக்கும் நூல்கள் அனைத்தும் பரவலான வாசிப்புக்கு உரியவை. முதிர்ந்த வாசகர்கள்முதல் இளநிலை வாசகர்கள்வரை அனைத்துத் தரப்பினருக்குமான நூல்களைப் பலராமன் கவனப்படுத்தியிருக்கிறார்.

ஒவ்வொரு நூலின் அடிப்படைத் தன்மையையும் அந்த நூலின் வீச்சையும் தெளிவாகக் கூறும் பலராமன் நூலின் சிறப்பம்சங்களைத் துல்லியமாகச் சுட்டிக்காட்டுகிறார். சூழலின் பின்னணியில் வைத்து

அதை அலசுகிறார். நூலின் வரையெல்லைக்குள் நின்று அதை மதிப்பிடுகிறார். அதாவது, சிறாருக்கான நூலை அதற்கான கண்ணோட்டத்துடன் அணுகுகிறார். அறிவார்த்தமான விவாதங்கள் அடங்கிய நூலை அதற்குரிய அணுகுமுறையுடன் அலசுகிறார். சிற்சில குறைகளையும் சுட்டிக்காட்டுகிறார்.

இத்தொகுப்பிலுள்ள கட்டுரைகள் பலராமனின் வாசிப்பின் வீச்சையும் தரத்தையும் உணர்த்துகின்றன. குறிப்பிட்ட வகைமை, குறிப்பிட்ட எழுத்தாளர் என்னும் வலைகளுக்குள் அவர் சிக்கிக்கொள்ளவில்லை. புனைவுகளையும் துறைசார் நூல்களையும் வாசிக்கிறார். இவருடைய பரந்த வாசிப்பும் தேர்ந்த ரசனையும் இவருடைய கட்டுரைகளுக்கு வலுக் கூட்டுகின்றன. துறைசார்ந்த நூல்களைப் பற்றி எழுதும்போது அந்தத் துறையில் வேறு நூல்களைப் படித்துச் சேகரித்துக்கொண்ட அறிவு வெளிப்படுகிறது. புனைவு நூல்களை அலசும்போது ரசனையை முன்னிலைப்படுத்துகிறார். ஒவ்வொரு கட்டுரையிலும் அந்த நூலை நாம் ஏன் படிக்க வேண்டும் என்பதற்கான காரணத்தைத் தெளிவாகவும் அழுத்தமாகவும் முன்வைக்கிறார்.

நூல்களின் உருவாக்கம் நாளுக்கு நாள் அதிகரித்துவரும் நிலையில் எந்த நூலைத் தேர்ந்தெடுப்பது என்பது வாசகர்கள் முன் உள்ள பெரிய சவால். ஆயிரக்கணக்கான நூல்களின் குவியலுக்குள் சிக்கி, உரிய வாசகரின் கவனத்தைப் பெற இயலாமல் பல நூல்கள் தவிக்கின்றன. நூல் அறிமுகம், மதிப்புரை போன்றவை நூல்களையும் அவற்றுக்குரிய வாசகர்களையும் இணைக்கும் பாலம். அத்தகைய பாலத்தை நேர்த்தியாகவும் வலுவாகவும் அமைத்திருக்கும் பலராமனுக்கு என்னுடைய மனமார்ந்த பாராட்டுகளும் வாழ்த்துகளும்.

நாகர்கோவில் அரவிந்தன்
ஆகஸ்ட் 15, 2023

எழுத்தாளர் அரவிந்தன் - நேர்காணல்

என்னுரை

'தி.ஜாவின் அம்மா வந்தாள்'. நான் முழுமையாக வாசித்த முதல் நூல். இந்நூலை முதுகலைப் பயிலும் காலகட்டத்தில் பேராசிரியர் ந.இரத்தினக்குமார் அளித்தார். மேலும், வாசிப்பிற்குப் பின்னான குறு உரையாடலையும் முன்னெடுத்தார். அப்போது, என்னுள் மறைந்திருக்கும் வாசிப்பை வெளிக்கொணர அம்மா (ஐயா) வந்தா(ர்)ள் என்று எனக்கு அன்று பிடிபடவில்லை.

தொடர்ந்து எனது வாசிப்பை மிகத் தீவிரமான கலந்துரையாடலோடு அழைத்துச் சென்றவர் எழுத்தாளர் பெருமாள்முருகன். வாசிப்பிற்கான சுவையையும் தெரிவையும் பார்வையையும் அவரது பட்டறை தொலைநோக்கோடு மிக நேர்த்தியாக எனக்கு அளித்தது. அச்சூழலில் வாசிப்பைப் பொழுதுபோக்கு அம்சமாகவோ, ஆய்விற்கான அம்சமாகவோ உள்வாங்கவில்லை. மாறாகச் சுயசிந்தனை, பார்வை, எண்ணங்கள் போன்றவற்றிலுள்ள அடிப்படையான, மரபான, அற்பத்தனமான, பிற்போக்குத்தனமான அம்சங்களை மாற்றுவதற்கான கருவியாக முன்னெடுக்கத் துணிந்தேன். சராசரி மரபான வாசிப்பை மாற்றத்திற்கான வாசிப்பாக முன்னெடுத்ததில் எழுத்தாளர் பெருமாள்முருகனுக்குப் பெரும் பங்கல்ல, முழுப் பங்கும் அவருக்கே உண்டு.

வாசிப்பு பரப்பைப் பரவலாக்கிய தருணத்தில் எழுத்தாளர்களை நேர்காணல் செய்வதற்கும், நூல்களை அறிமுகம் மற்றும் மதிப்புரை எழுதுவதற்கும் ஜீ தமிழ் நியூஸ் (காட்சி மற்றும் எழுத்து) ஊடகம் எனக்களித்த வாய்ப்பு பெரும் திறப்பாக அமைந்தது. தமிழ் இலக்கியச் சூழலில் ஆக்கப்பூர்வமான, ஆரோக்கியமான பணிகளை, ஜீ தமிழ் நியூஸ் தென்மாநிலங்களின் ஆசிரியர் செபி ஸ்டான்லி, சிவா (ஜீ தமிழ் நியூஸ் வலைப்பக்கம் பொறுப்பாளர், புதுதில்லி), சுரேஷ் ராஜன் (தொகுப்பாளர்), எழுத்தாளர் க.நாகப்பன் ஆகியோரது ஒத்துழைப்பால் என்னால் செய்ய முடிந்ததை என்றும் ம(று)றக்க இயலாது. அதன்பால், 'ஜீ தமிழ் நியூஸ்' வலைப்பக்கத்தில் எழுதிய 'தோழிகளின் தின்பண்டங்கள்', 'பதிப்பும் படைப்பும்,' 'குழந்தைகளா நான் பாஸாயிட்டேனா?,' 'நீலச்சக்கரம் கொண்ட மஞ்சள் பேருந்து,' 'சாமீ...,' 'மான்டேஜ் மனசு,' 'ஹேபர்மாஸ்,' 'யாத்திரை, 'வெல்லப் போவது நீதான்!' ஆகிய ஒன்பது நூல்களின் அறிமுகம் மற்றும் மதிப்புரைகளைத் **'மாற்றத்திற்கான வாசிப்பு'** (தொகுதி – 1) என்னும் தலைப்பில் தொகுத்துள்ளேன்.

தமிழ்ச் சூழலில் ‘வாசிப்பு’ பண்பாடாக மாற வேண்டும் என்பதில் தீவிர வாசகர்கள் முனைப்புக் காட்டி வருகின்றனர். அதனடிப்படையில், புத்தக வாசிப்பில், மாற்றத்திற்கான வாசிப்பையும் முன்னெடுக்க வேண்டிய அவசியமான சூழலில் நாம் உள்ளோம். அந்த வகையில், வாசிப்பை அடுத்த கட்டத்திற்கு நகர்த்த ‘மாற்றத்திற்கான வாசிப்பு’ (தொகுதி – 1) தடம் சமைக்கும் என்று நம்புகிறேன்.

ஊடகத்துறையில், நான் நுழைவதற்கும் தொடர்ந்து பயணிப்பதற்கும் காரணமாக இருந்த, 'தமிழ்ச் செய்தி வாசிப்பாளர்கள் சங்கம்' நடத்தும் 'செய்தி வாசிப்பாளர் பயிற்சி மையத்திற்கும்' மேலும், நான் சார்ந்திருக்கக்கூடிய 'தமிழ்ச் செய்தி வாசிப்பாளர் சங்கத்திற்கும்' அதன் ஆற்றல்மிகு தலைவர் திரு.பிரபுதாசன் அவர்களுக்கும் என் மனம் நிறைந்த நன்றியைத் தெரிவிக்க கடமைப்பட்டுள்ளேன்.

பல்வேறு பணி நெருக்கடிகளுக்கு இடையே என் கனிவான கோரிக்கையை மறுதலிக்காமல் உடனடியாக ஏற்று மிக ஆழமான, நுண்மையான பார்வையுடன் முன்னுரை வழங்கிய ஆகச்சிறந்த பன்முக ஆளுமை அரவிந்தன் அவர்களுக்கு என் மனம் கனிந்த அன்பையும் நன்றியையும் உரித்தாக்குகிறேன்.

என்னுடைய தேடலுக்குத் தடையே இல்லாமல் உடன் பயணிக்கும் அன்பிற்குரிய மனைவி சீ.கௌதமி, மகள் ப.கௌ.கவி மற்றும் வாசிப்பை ஊக்குவிக்கும் நண்பர்கள் அனைவருக்கும் என் அன்பை உரித்தாக்குகிறேன். எழுத்தாளர் கமலா கணேசமூர்த்தி அவர்களின் உயரிய பெருந்தன்மையால் இந்நூல் விரைவாக ஆக்கம் பெற்றுள்ளதை என்றும் மறவேன்.

பதிப்பித்து வெளியிடும் பாரதி புத்தகாலயம் தோழர் நாகராஜன் மற்றும் வடிவமைப்பில் உதவிய தோழர் அபினேஷ் ஆகியோர்க்கு என் நன்றியைத் தெரிவித்துக் கொள்கிறேன். ஜீ தமிழ் நியூஸ் வலையொளிப் பக்கத்தில் காலச்சுவடு கண்ணன், அரவிந்தன், எழுத்தாளர் ஆர்.என். ஜோ டி குரூஸ், நாடகவியலாளர் கி.பார்த்திபராஜா ஆகியோரை நேர்காணல் செய்து பதிவிட்டுள்ளோம். அவற்றுக்கான காணொளி இணைப்பை அந்தந்த நூலறுமுகத்தின் இறுதியில் கொடுக்கப்பட்டுள்ள விரைவுக் குறியீட்டை (QR Code) ஸ்கேன் செய்து காணலாம்.

சென்னை

17 ஆகஸ்ட் 2023

முனைவர் பலராமன் சுப்புராஜ்,

தமிழ் உதவிப் பேராசிரியர்,

அறிவியல் மற்றும் மானுடவியல் புலம்,

எஸ்.ஆர்.எம். அறிவியல் மற்றும் தொழில்நுட்பவியல் நிறுவனம்,

இராமாபுரம் வளாகம், சென்னை – 600 089.

உள்ளடக்கம்

1. தோழிகளின் தின்பண்டங்கள் — 11
2. பதிப்பும் படைப்பும் — 14
3. குழந்தைகளா நான் பாஸாயிட்டேனா? — 19
4. நீலச்சக்கரம் கொண்ட மஞ்சள் பேருந்து — 24
5. சாமீ... — 28
6. மான்டேஜ் மனசு — 32
7. ஹேபர்மாஸ் — 36
8. யாத்திரை — 41
9. வெல்லப் போவது நீதான் — 45

1
தோழிகளின் தின்பண்டங்கள்
(எழுத்தாளர் சாலை செல்வம்)

சாலை செல்வம் எழுதிய 'தோழிகளின் தின்பண்டங்கள்' என்னும் படைப்பு இயல் வாகையின் வெளியீடாக வந்துள்ளது. 'தோழிகளின் தின்பண்டங்கள்' என்னும் தலைப்பே நூலின் மையத்தை வெளிப்படுத்துகிறது. நூலின் அட்டைப் படத்தில் மூவர் உள்ளனர். இவ்வட்டை படமானது மூன்று தோழிகள் பற்றியது என்பதை தெரியப்படுத்தும் விதமாக அது வடிவமைக்கப்பட்டுள்ளது. ஊரைச் சுற்றி வருவதற்கும் தின்பண்டங்களைத் தேடித் தின்பதற்கும் உருவான நட்பு பற்றிப் பேசுகிறது இந்நூல்.

இயற்கையோடு இயற்கையாகப் பிணைந்து வாழ்வதன் சுவையை உயிரோட்டமாகப் பதிவு செய்துள்ளார் சாலை செல்வம். தேவி, ஆராயி, அஞ்சலை ஆகிய மூவரும் மூன்றாம் வகுப்பு முதல் இணைபிரியாத் தோழிகள். இவர்களது முக்கியப் பணி சதா ஊர் சுற்றுதல். அதனூடே தின்பண்டங்களைத் தேடித்தேடி தின்னுதல். அதுவும் எப்படி என்றால் பறித்துத் தின்னுதல், பொறுக்கித் தின்னுதல், பங்கு போட்டுத் தின்னுதல், சுற்றி உட்கார்ந்து தின்னுதல், ஏறி உட்கார்ந்து தின்னுதல், திருடித் தின்னுதல் என்பதான போக்கில் உள்ளன. மூவரது நட்புக்குள் ராமு என்ற சிறுவன் தானும் எப்படியாவது இணைய வேண்டும் என்று நினைத்தான். அவனது முயற்சி தோல்வியிலேயே முடிந்தது. புதருக்குள் செல்வது, மரத்தில் ஏறுவது, பங்கு போடுவது எனத் தோழிகள் ஒவ்வொருவரும் ஒவ்வொரு திறனைப் பெற்றவர்களாக உள்ளனர்.

இவர்களுக்கான தின்பண்டம் எங்கு இருக்கின்றன? என்று பார்த்தால் - மரம், செடி, கொடி, மண், கொட்டை, பூ, தண்ணீர் போன்றவற்றுள் உள்ளன. இலைதழை, கொழுந்து, பிஞ்சு, பூ, காய், பழம், விதை இவையெல்லாம் இவர்களுக்கு நல்ல தின்பண்டங்களாகின்றன. இந்தத் தின்பண்டங்கள் சில ஊருக்குள்

தோழிகளின் தின்பண்டங்கள்

சாலை செல்வம்

இருக்கும், சில காட்டுக்குள் இருக்கும், எதிர்பாராமல் எதிலாவது இருக்கின்றன. தின்பண்டங்களைத் தேடிக்கொண்டே இருக்க வேண்டும் என்றும் கூறுகின்றனர். வீட்டில் சமைக்கும் சாப்பாடு எங்களுக்கானது அல்ல என்பதில் அவர்கள் மூவரும் உறுதியாக உள்ளனர். தின்பண்டங்களுக்கான விலையையும் அவர்கள் அளிப்பதில்லை என்பது குறிப்பிடத்தக்கது.

எல்லாம் இயற்கை அளிக்கும் கொடையாக உள்ளன. வெயில், மழை, குளிர் ஆகிய பருவங்களில் கிடைக்கக்கூடிய தின்பண்டங்களை இவர்கள் சுவைக்கத் தவறவில்லை. பெண்களுக்கு எழும் சிக்கலால் தோழிகளாக இருந்த மூவரும் பிரியும் சூழல் ஏற்படுகிறது. அந்தச் சூழலை மிகக் கடுமையாகவே அவர்கள் எதிர்கொள்கின்றனர். இயற்கையோடு இயற்கையாகத் தங்களைப் பிணைத்துக்கொண்டவர்களின் பதிவாக இந்நூல் கவனம் பெறுகிறது.

'தோழிகளின் தின்பண்டங்கள்' என்னும் இந்நூலானது இயற்கைக்கு மிக நெருக்கமாக்கிச் செல்வதோடு மட்டுமல்லாமல் நம்மை மீண்டும் இயற்கையை நோக்கித் திரும்ப வைக்கிறது.

2

பதிப்பும் படைப்பும்

(காலச்சுவடு கண்ணன்)

இந்திய, உலகப் புத்தகச் சந்தைகளில் தமிழ் பதிப்புத் துறைக்கான இடம் உலகலாவிய சந்தைப்படுத்துதல், பதிப்புத்துறை குறித்தான பல்வேறு புரிதலைக் குறித்துப் பேசும் பிரதி '**பதிப்பும் படைப்பும்**'. இந்தப் பிரதி குறித்த பதிவுகளைப் பற்றிப் பார்ப்போம்.

தமிழ் வாசிப்புச் சூழலில் பொது வாசகன் ஒரு பிரதியை வாசிப்புக்கு உட்படுத்தி அதன் உள்ளடக்கத்தைப் பற்றிச் சிலாகிப்பார். அடுத்ததாகப் பிரதி குறித்த விவாதக் கூட்டத்தில் பேசுவதும், அதனை எழுத்தாக்கி மகிழ்வதையும் மேற்கொள்வார். மேலும், சம்பந்தப்பட்ட எழுத்தாளரைச் சந்தித்துப் பிரதியளித்த குதூகலத்தைப் பரவசத்துடன் வெளிப்படுத்துவார். கூடுதலாக அந்த எழுத்தாளனின் மெனக்கெடலை அறிந்துகொள்ள முயற்சி செய்வார். இப்படியான செயல்பாடுகளில் ஒரு பொது வாசகன் ஒரு பிரதியுடன் உச்சபட்சமாக ஊடாடுவதை வழக்கமாக்கிக் கொள்வது இயற்கையானது. ஆனால், அந்தப் பிரதியை அச்சிற்கு முன், அச்சிற்குப் பின் என்பதான பார்வையில் பார்ப்பது என்பது அரிதுதான். இதற்கான காரணிகளில் ஒன்று ஒரு பிரதியின் பதிப்புப் பணி சார்ந்தும் சந்தைப்படுத்துதல் சார்ந்தும் போதிய விழிப்புணர்வு இல்லை என்றே கூறலாம். இவை குறித்த விழிப்புணர்வையும் பார்வையையும் ‘பதிப்பும் படைப்பும்’ பிரதியின் வாயிலாக அளித்திருக்கிறார் கண்ணன்.

2022இல் காலச்சுவடு பதிப்பகத்தால் வெளியிடப்பட்டுள்ளது. கோவையில் ஒரு புத்தக எழுச்சி, தமிழின் செறிவுகளோடு ஒரு யாத்திரை, கொல்கத்தா புத்தகச் சந்தை, பாரீஸ் அனுபவம், தமிழ் நூல்களின் பயணம், தமிழகத்திலும் சாத்தியமா?, பத்மநாப ஐயரின் கொண்டை, காப்புரிமை: எழுத்தாளரின் அடிப்படை உரிமை, நூல் எரிக்கும் சுதந்திரம்!, தமிழ்ப் பதிப்புலகமும் உலகச் சூழலும், பிராங்பர்ட் புத்தகச் சந்தை: பதிப்புலகின் ஐ.நா.சபை, சூதும் தீதும் பிறர் தர வாரா அருந்ததி ராய் தமிழுக்கு வாராத காதை, புத்தகக்

பதிப்பும் படைப்பும்

கண்ணன்

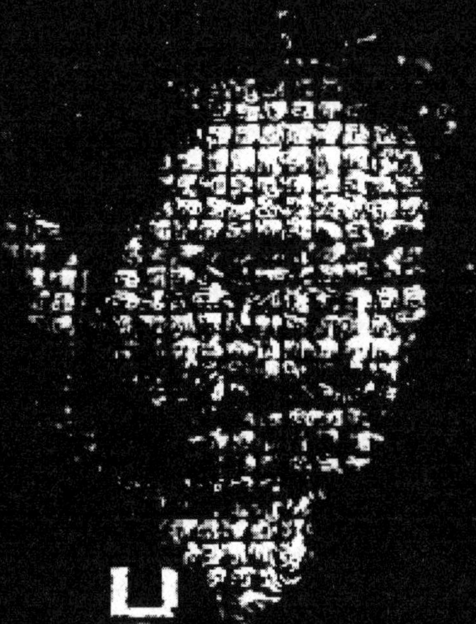

கண்காட்சிகள்: தமிழும் அயலும், வளர்ச்சி, உலக மொழிகளில் தமிழ்ப் படைப்புகள், வாசிப்பில் தோய்ந்த கனவுகள், நேர்கொண்ட எதிர்வினை, மாற்றுப் பதிப்பகம், இரண்டாம் வருகை, தமிழ்ப் பதிப்புத் துறையின் எதிர்காலம், காப்புரிமையின் புதிய பரிணாமங்கள், இருளில் சுடரொளி, பதிப்பு : புதிய அனுபவங்களும் புதிய வாய்ப்புகளும், நேர்காணல்: தமிழக அரசின் விருதைப் பற்றி நாம் பேசுவதே இல்லை! ஆகிய உள்ளடக்கத்தில் பேசுகிறது இந்தப் புத்தகம். கண்ணன் பதிப்புசார் பொருண்மையில் பல்வேறு சூழலில் எழுதிய கட்டுரைகளைத் தொகுத்து 'பதிப்பும் படைப்பும்' பிரதியாக்கி நமக்குத் தருவித்துள்ளார்.

காலச்சுவடு தீவிர இதழில் இருந்து காலச்சுவடு பதிப்பகத்தை 1995இல் தொடங்கியவர் கண்ணன். இவர் தமிழ்ப் பதிப்புத் துறையில் கடந்த இருபத்தைந்து ஆண்டுகளுக்கு மேலாகச் சேகரித்து வந்த அனுபவங்களை எழுத்தாக்கியுள்ளார் என்பது இப்பிரதியின் சிறப்பம்சமாகும். தமிழகத்தின் இந்தியாவின் கடைகோடியில் உள்ள (நாகர்கோவில்) காலச்சுவடு பதிப்பகத்தைப் பதிப்புத்துறையின் மையத்திற்கு நகர்த்தியதின் பின்னணியில் பல்வேறு அவமானங்கள், இழப்புகள், எதிர்ப்புகள், தடைகள், அவப்பெயர்கள், போராட்டங்கள், முயற்சிகள் என்பவை இப்பிரதியில் இழையோடுகின்றன. தமிழ்ப் பதிப்புத்துறையை இந்திய அளவிலும் உலகலாவிய அளவிலும் எடுத்துச் சென்றவர்களில் கண்ணன் தவிர்க்க இயலாத ஆளுமையாகத் திகழ்வதைப் பறைசாற்றுகிறது 'பதிப்பும் படைப்பும்.'

டெல்லி, கொல்கத்தா போன்ற இந்திய மாநிலங்களில் நடைபெறும் தேசிய புத்தகச் சந்தைகளிலும் பிராங்க்ஃபர்ட், இஸ்தான்புல், பாரிஸ், நோர்வே, ஷார்ஜா போன்ற பன்னாட்டுப் புத்தகச் சந்தைகளில் தமிழ்மொழிக்கான இருத்தலைக் காலச்சுவடு ப்திப்பகம் மொழிப் பற்றுதலோடு முன்னெடுத்துள்ளது. காலச்சுவடு பதிப்பகம் தமிழ்மொழிப் படைப்புகளை இந்திய மொழிகளிலும் உலக மொழிகளில் கொண்டு சேர்க்கும் பணியில் ஈடுபட்டு வருகிறது. அதேபோல் அயல்மொழிப் படைப்புகளைத் தமிழ்மொழிக்குக் கொண்டுவரும் பணியிலும் தீவிரமாக ஈடுபட்டு வருகிறது. இந்நிலையில் மொழிபெயர்ப்புத் துறையில் பிரெஞ்சு அரசு காலச்சுவடு பதிப்பகத்தின் செயல்பாட்டை அவதானித்து பிரெஞ்சின் உயரிய விருதுகளில் ஒன்றான செவாலியர் விருதைக் கண்ணனுக்கு வழங்கியுள்ளது என்பது குறிப்பிடத்தக்கது. இது குறித்த பதிவில் எதார்த்தம் பளிச்சிடுவதைக் காணமுடிகிறது.

தமிழ்ப் பதிப்புலகின் இன்றைய நிலையையும் தேவையையும் உலகலாவிய தன்மையின் பின்னணியில் உரையாடுகிறது இப்பிரதி. இந்தத் தொடர் உரையாடலில் ஆழமான தொலைநோக்குப் பார்வையுடனும், தமிழ்மொழிப் பற்றுதலுடன், ஆக்கப்பூர்வமான கருத்தாடல்களுடன், அடுத்த கட்ட நகர்வுக்கான தேடலுடன் முன்வைத்துப் பேசுவது பதிப்புத் துறையினருக்குப் பெரும் மனத்திறப்பை ஏற்படுத்தும். பதிப்புத் துறையில் இந்திய, உலகலாவிய செயல்பாடுகளில் காலச்சுவடு தன்னை விரித்துக்கொண்டு பயணித்த தடங்களையும் அடையாளப்படுத்துகிறது 'பதிப்பும் படைப்பும்.' உலகலாவிய சந்தைப்படுத்தலில் தமிழ் பதிப்புத்துறை எந்த அளவிற்குப் பின்தங்கி இருக்கிறது என்பதைப் பதிவு செய்கிறார். மேலும், தமிழ்ப் பதிப்புத் துறையை முன்னகர்த்த வேண்டும் என்பதையும் அதற்கான சாத்தியக்கூறுகளையும் எடுத்தியம்புகிறார் கண்ணன்.

அயலகப் புத்தகச் சந்தைகளில் தமிழ்மொழியை அறிமுகப்படுத்த வேண்டிய நிலைமையும் உள்ளது. தமிழ் மொழியானது திராவிட மொழிகளின் தாய்மொழி, உலகத்தில் உள்ள மொழிகளுக்கு எல்லாம் மூத்த மொழி, உலகில் பல்வேறு நாடுகளில் தமிழ்மொழியைப் பேசும் மக்கள் உள்ளனர். ஆதலால், தமிழ்மொழி தூணிலும் துரும்பிலும் இருக்கிறது எனப் பேசுபவர்கள் அவசியம் வாசிக்க வேண்டிய பிரதியாக இது அமைகிறது. தமிழ் எழுத்துலகிலும், பதிப்புத்துறையிலும் எழுத்தாளர்களிடம் காப்புரிமை பற்றிய போதிய விழிப்புணர்வு இன்மையால் அவர்களின் எழுத்துகளைப் பதிப்பகங்கள் சுரண்டுகின்றன. இப்போக்கை விமர்சனத்திற்கு உட்படுத்திக் காப்புரிமைப் பற்றித் தெளிவுபடுத்துவதால் எழுத்தாளர்களுக்குப் புதிய வாயிலைத் திறப்பதாக அமைகிறது.

அருந்ததி ராயின் 'சின்ன விஷயங்களில் கடவுள்' தமிழ் வாசகர் பரப்பில் பெரிதும் பேசப்பட்ட பிரதி. அப்பிரதி மொழியாக்கத்தில் உள்ள சிக்கலை ஆதாரங்களுடன் பேசுவதன் மூலம் பதிப்பின் அறத்தை வெளிச்சமிட்டுக் காட்டுவதாக உள்ளது. தமிழ்ப் பதிப்பாளர்கள் தமிழ்நாட்டைக் கடந்து இந்திய அளவில் வர்த்தகத்தில் ஈடுபட முடியாமைக்கு மொழி தடையாக உள்ளது என்பதை ஏற்றுக்கொள்ள வைக்கிறது. பெரியாருக்கும் இராஜாஜிக்கும் இடையேயான உறவைச் சித்தரிக்கும் நூல் தமிழில் இல்லை என்ற வெற்றிடத்தைக் காட்டுகிறது.

மேலும் எழுத்தாளன், எழுத்தாளனின் குடும்பத்திடம் பிரதி பதிப்பு தொடர்பான உரிமம் பெறுவதிலும், மொழிபெயர்ப்பு உரிமம் பெறுவதிலும் கடைப்பிடிக்க வேண்டிய நெறிகள் குறிப்பிடத்தகுந்ததாக உள்ளது. 'கருத்து, செயல்பாட்டுச் சுதந்திரம் ஆகப்பரந்து விரிந்ததாக இருப்பதே ஒரு விவேகமான சமூகத்தின் அடையாளம். புத்தக எரிப்பு அத்தகையதொரு செயல்பாட்டுச் சுதந்திரம்தான்' என்று பதிவு செய்வதிலிருந்து காலச்சுவடின் நிலைப்பாட்டை உள்வாங்கிக்கொள்ள முடிகிறது. நூலகத்தில் பெறப்படும் புத்தகங்களின் கொள்முதல், தரம், விலை போன்றவற்றை நெறிப்படுத்த தேவையான ஆலோசனையை வழங்குகிறது. மேலும் நூலகத்திற்காகவே செயல்படும் பதிப்பகங்களையும் விமர்சனத்திற்குட்படுத்துகிறது. இந்நிலையில், நூலகத்துறை நேர்கோட்டில் பயணிக்க வேண்டி அதற்கான முறைப்படுத்தலையும் சீர்திருத்தங்களையும் பற்றி உரையாடுகிறது 'பதிப்பும் படைப்பும்.'

காலச்சுவடு எந்த ஒரு வாய்ப்பையும் தவறவிடவில்லை என்பதை இப்பிரதியை வாசிக்கும் வாசகர்கள் புரிந்துகொள்வார்கள். மேலும் காலச்சுவடானது பதிப்புத் துறையில் ஏற்பட்டுவரும் தொழில்நுட்ப வளர்ச்சியைத் தகவமைத்துக்கொண்ட ஒன்றாக வலம் வருகிறது. இதனூடே கண்ணனின் முதிர்ச்சித் தன்மையான அணுகுமுறையும் எதிர்கொள்ளலில் உள்ள பொறுமையும் துணைநிற்கின்றன என்பதைப் 'பதிப்பும் படைப்பும்' வாசகர்களுக்கு உணர்த்திச் செல்லும். அனைத்து நிலை வாசகர்களுக்கும் புரியும்படியான எளிமையான மொழிநடையில் எழுதப்பட்டுள்ளது.

'பதிப்பும் படைப்பும்' பிரதியை வாசித்த பின், காலச்சுவடு கண்ணன் மீதான மதிப்பீடு மாறும் என்பதே நிதர்சனம்.

காலச்சுவடு கண்ணன் நேர்காணல்

3

குழந்தைகளா நான் பாஸாயிட்டேனா?

(ந.பாலமுருகன்)

'தன்னைத்தானே ஊக்கப்படுத்திக்கொள்ளும் அரசுப் பள்ளி ஆசிரியர்' ந.பாலமுருகன் எழுதிய **'குழந்தைகளா நான் பாஸாயிட்டேனா?'** என்னும் அனுபவக் கட்டுரை நூலானது 96 பக்கங்களோடு 2023இல் வெற்றி மொழி வெளியீட்டகம் வெளியிட்டுள்ளது.

கல்விப் புலத்தில் வகுப்பறைக் கல்வியைக் கடந்த கல்வி இன்றைக்கு அவசியத் தேவையாக உள்ளது என்பதை இந்த நூல் வலியுறுத்திச் செல்கிறது. தமிழ் கல்விச் சூழலில் அரசுப் பள்ளி ஆசிரியர் பல்வேறு களச் செயல்பாடுகளுடன் மாணவர்களை இணைத்துச் செயல்படுகிறார். அச்செயல்பாடுகளை ஆவணப்படுத்தும் பணியையும் நாம் எளிதாகக் கடந்துவிட முடியாதபடி பேசுகிறது இந்நூல்.

ஆளுக்கொரு மரம் வளர்ப்போம், ஒரு குடம் தண்ணி ஊத்தி, தன்னானே தானேனன்னா, திறம்படக்கேள், வாசித்தலே சுவாசித்தல், இடுக்கண் களைவதாம் நட்பு, என் கடன் பணி செய்வதே, யாவரும் என் குழந்தைகளே, பிச்சை புகினும் கற்கை நன்றே, உளவியலோடு உறவாடுங்கள் உள்ளிட்ட உட்தலைப்புகளில் தன்னுடைய களச்செயல்பாடுகளை விவரித்து எழுதியுள்ளார் பாலமுருகன். மாணவர்களை இயற்கையோடு இயற்கையாகப் பிணைக்க பாலமுருகன் எடுத்துள்ள முயற்சி என்பது பெரும் முயற்சி. இதனைக் கல்விப்புலத்தில் மாணவர்களின் நலன் சார்ந்து செயல்படும் களச் செயல்பாட்டாளர்கள் உணர்வார்கள்.

பறவைகளுக்கு நீர், உணவு வைப்பதும் அதன்மீது அக்கறை கொள்வதும் மரங்களின் மீதான ஒரு நட்பை ஏற்படுத்திக் கொள்வதும், அதனுடைய அவசியத்தைத் தெரிந்துகொள்வதும், தமிழரின் பண்பாட்டுக் கலையைக் கற்பதும், அதன் மீதான பற்றை வளர்ப்பதும், பேரிடர் காலத்தில் பாதித்த மக்களுக்கு இயன்ற உதவிகளைச் செய்ய முன், வருவதும், அனைத்து மாணவர்களையும்

குழந்தைகளா நான்
பாஸாயிட்டேனா?
100
ந.பாலமுருகன்

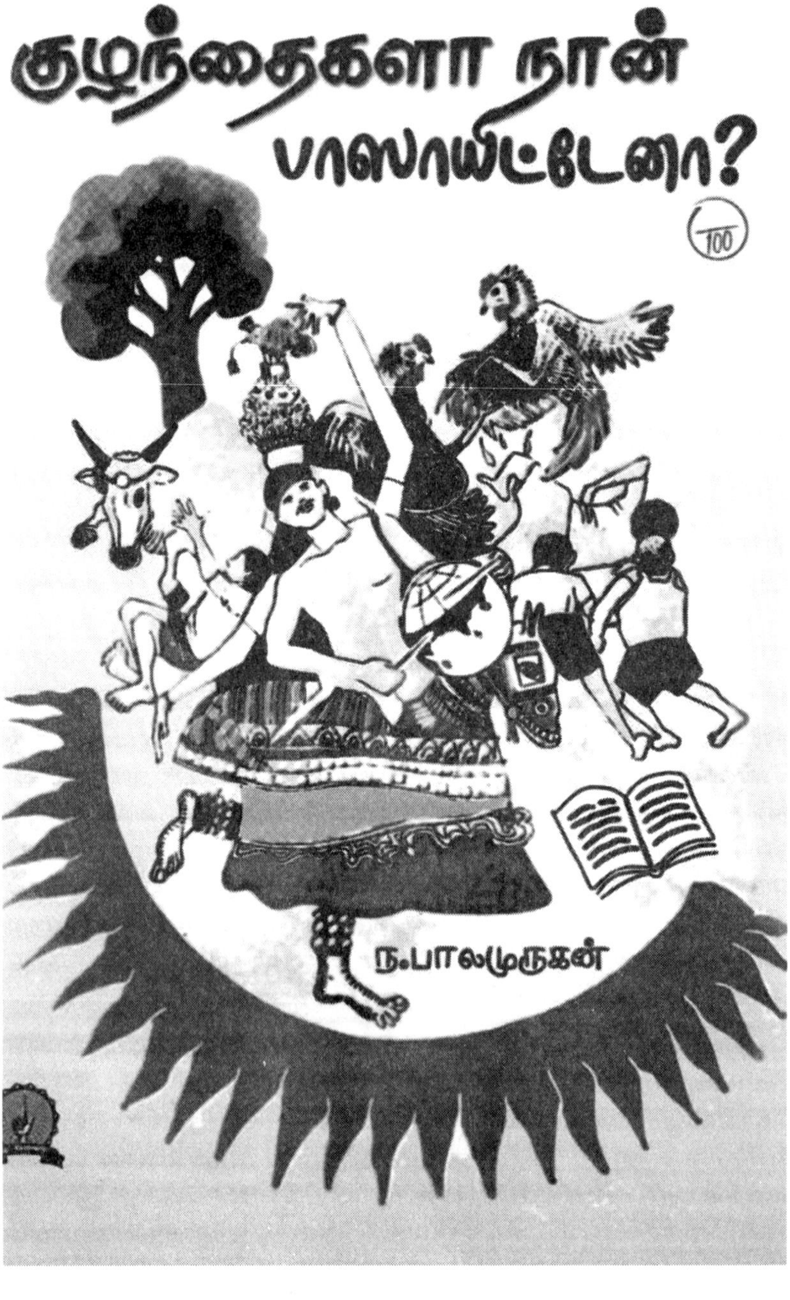

சமமாகப் பாவிக்கும் மனோபாவத்தையும், அவர்களை உளவியலோடு அணுகுவதற்கும் பள்ளிக்குத் தேவையான வசதிகளை ஏற்படுத்த நன்கொடை கேட்டுப் பெறுவதும், மாணவர்கள் பல்வேறு திறன்களை வளர்த்துக்கொள்ளவும், இயற்கையாக இணைந்த விளையாட்டுகளை விளையாடுவதும், போட்டித் தேர்வுகளுக்கு அவர்களை ஆயத்தப்படுத்தி அரசுப் பணியில் அமர வைப்பதும் என்பதான பணிகள் மூலம் நிறைந்திருக்கிறது இந்நூல்.

அரசுப் பள்ளி ஆசிரியரின் தொடர் அனுபவங்களை விவரித்து எழுதப்பட்டுள்ள இந்த நூலில் மாணவர்களுக்கான இடத்தை அவர்களே தேர்ந்தெடுக்கும் சுதந்திரம் துலக்கம் பெறுகிறது. செயல்பாட்டின் முன்னெடுப்பின் வாயிலாகப் பொள்ளாச்சி பெத்தநாயகனூர் அரசு உயர்நிலைப் பள்ளி தன் இருத்தலை அடையாளப்படுத்திச் செல்கிறது. மாணவர்களுக்கு அனுபவக் கல்வியை அளிப்பது ஒவ்வொரு ஆசிரியருடைய கடமையும் பொறுப்பும் என்பதான புள்ளியிலிருந்து நகர்கிறார் பாலமுருகன். தான் செய்துகொண்டிருக்கின்ற பணியை அர்ப்பணிப்போடு செய்யக்கூடிய ஒரு மனப்பக்குவத்தைக் கொண்டவரின் கட்டமைப்போடு உள்வாங்கி நகர்கிறது இந்நூல்.

மேலும், சுற்றுச்சூழலோடு இணைந்த கல்வியை நாம் முன்னெடுக்கத் தவறிவிட்டோம். அக்கல்வியானது நவீன காலத்தில் வெகுதூரம் சென்றடைந்துவிட்டது என்பதான விமர்சனத்திற்குப் பதிலாக உள்ளது. பண்பாடுசார்ந்த பல்வேறு அம்சங்களை மாணவர்களின் வழியாக மீட்டெடுக்கும் முயற்சி சாத்தியமானது. மேலும், பள்ளியானது பெற்றோர்கள், ஆசிரியர்கள், மாணவர்கள் இணைந்த முப்புள்ளி. இந்த முப்புள்ளி பொதுமக்களிடம் விரிந்து செல்வது ஆரோக்கியமான செயல்பாடாகும். கல்விப் புலத்தில் மாணவர்களுக்கு அனுபவத்தை அளித்துவிட்டு அதன் மூலம் கல்வியைப் பெற வைக்கும் கல்விமுறை கவனிக்கத்தக்கதாகும். மதிப்பெண் மட்டுமே வாழ்க்கையாக வைத்துள்ள பெற்றோர்கள், ஆசிரியர்கள், பள்ளிகள் மத்தியில் மாணவர்களிடத்துப் பாடப் புத்தகத்தைத் தாண்டிய புத்தக வாசிப்பை எளிமையாகப் புகுத்தியுள்ளார். மாணவர்களுக்குச் சமூக ஒட்டுதலுக்கான வாய்ப்பைக் கல்விப்புலத்தில் கேட்கும் நிலை என்பது கவலைக்குரிய ஒன்றாகும். ஆனால், களச்செயல்பாடு மூலம் மாணவர்களின் சமூக ஒட்டுதலை மீட்டுருவாக்கம் செய்துள்ளார் பாலமுருகன்.

'அன்பும் கருணையும் அழுத்தமாக இருக்கும் ஒருவர்தான் எழுத்தாளராக இருக்க முடியும்' என எழுத்தாளர் இமையம் கூறுகிறார். அதேபோல் மனிதன் மனிதனை நேசிப்பது இல்லை. அதனால்தான் பல்வேறு விதமான சிக்கல்கள் எழுகின்றன என்றும் கூறுகிறார். ஆதலால்தான் சக மனிதனையும் இயற்கை உயிரினங்களையும் நேசிக்க கல்விப் புலத்தையும், வாசிப்பையும் கோரி நிற்கிறோம். அந்தப் பணியைப் பாலமுருகன் செவ்வனே செய்துள்ளதால் ஆசிரியர் என்பதிலிருந்து நகர்ந்து எழுத்தாளனாகப் பரிணமிக்கிறார். மேலும், கல்வி குறித்த சிந்தனைகள், பிரச்சினைகள், மாணவர்களின் உளச்சிக்கல் போன்றவற்றை உரையாடும் நூல்களுக்கு இடையே களச் செயல்பாடுகளில் இருந்து உருவான 'குழந்தைகளா நான் பாஸாயிட்டேனா?' என்னும் நூலுக்கும் ஓர் இடமுண்டு என்பதில் ஐயமில்லை.

மேலும், ஆசிரியர்கள் மத்தியில் இந்த நூல் சலசலப்பை ஏற்படுத்திச் செல்லும் என்பதே நிதர்சனம். மாணவர்களுக்கு என்ன தேவை? என்பதை உள்வாங்கிக்கொண்டு செயல்படுவதில் ஆசிரியரின் நேர்த்தி வெளிச்சமிட்டுச் செல்கிறது. நூலானது எளிமையான மொழி நடையில், எவரும் வாசிக்கக்கூடிய வகையில் அமைந்துள்ளது. ஆவணப்படுத்தியுள்ள பத்து அனுபவக் கட்டுரையில் வாசகர்கள் முன், பின் மாறிமாறி கூட அக்கட்டுரைகளை வாசிக்கலாம் என்பதான வாசிப்புச் சுதந்திரத்தை இந்த நூல் தருகிறது. மேலும் நூலில் இடம்பெற்றுள்ள சில பகுதிகள் தகவல்களாகவும் செய்தியாகவும் செல்வதால் விவரிப்பிலும் எடுத்துரைப்பிலும் தொய்வு உள்ளதை உணர முடிகிறது. ஆனால், அவை வாசகனின் வாசிப்புத் தொடர்ச்சிக்குத் தடையும் அயற்சியும் ஏற்படுத்தாமல் செல்கிறது.

வாசகர்கள் குறைந்த நேரத்திலேயே வாசித்து முடிக்கும் விதமாக அமைந்துள்ளது இந்நூல். மேலும், நூலில் பதிவாகியுள்ள சில பகுதிகளில் ஆசிரியர்களுக்கு அறிவுறுத்தல், வலியுறுத்தல், சுட்டிக்காட்டல் செய்திருப்பதைத் தவிர்த்து இருக்கலாம். அதேசமயத்தில் தன்னுடைய அனுபவப் பகிர்வில் பொதுமைப்படுத்திச் செல்லும் இடங்கள் வரவேற்கத்தக்க அம்சமாகவும் உள்ளன. தன்னுடைய பணியைச் சுய புராணம், சுய தம்பட்டம் என்றில்லாமல் அமைதியாகச் சமூகத்திற்குப் பறைசாற்றுவது பாராட்டுக்குரியது. 'குழந்தைகளா நான் பாஸாயிட்டேனா?' அட்டைப் படம் தமிழ்ப் பண்பாட்டுக்

கலைகளையும், இயற்கைக் கல்வியையும் முன்னெடுக்கும் வகையில் வடிவமைக்கப்பட்டுள்ளது. இது நூலின் உள்ளடக்கத்தை வெளிக்காட்டுவதாக அமைகிறது.

மாணவர்களின் மதிப்பீட்டை நூலின் பின் அட்டையில் பதிவு செய்திருப்பது கவனிக்கத்தக்கது. அரசுப் பள்ளி ஆசிரியர் பாலமுருகன் முன்னெடுத்துச் செல்லும் பணிகளுக்குத் **தன்னைத்தானே ஊக்கப்படுத்திக்கொள்ளும்** வகையில் இந்நூலை வெளியிட்டுள்ளார் என்பதாகப் பார்க்கலாம். மாணவர்களை வழிநடத்திச் செல்வதிலும் நெறிப்படுத்துவதிலும் ஆசிரியர் பங்கு அளப்பரியது. அதில், நாம் எப்படிப் பயணப்படுகிறோம் என்பதை பொறுத்துதான் அதன் தொடர்பயணமும் அமையும்.

அதனடிப்படையில், மாணவர்களைச் சமூகத்தில் பங்கெடுக்க வைக்கும் பயணத்தில் மிகச்சரியான திசையில் பயணித்து வருகிறார் அரசுப் பள்ளி ஆசிரியர் பாலமுருகன்.

4
நீலச்சக்கரம் கொண்ட மஞ்சள் பேருந்து
(எழுத்தாளர் எஸ்.ராமகிருஷ்ணன்)

எழுத்தாளர் எஸ்.ராமகிருஷ்ணன் எழுதிய 'நீலச் சக்கரம் கொண்ட மஞ்சள் பேருந்து' என்னும் சிறார் புதினத்தைத் தேசாந்திரி பதிப்பகம் டிசம்பர் 2020இல் (72 பக்கங்கள்) வெளியிட்டுள்ளது.

அரசுப் பள்ளிக்குப் பேருந்து ஒன்றை வாங்கி இயக்குவது அப்பள்ளி தலைமை ஆசிரியரின் கனவு. அக்கனவு சாத்தியம் என்பதை நீலச் சக்கரம் கொண்ட மஞ்சள் பேருந்தில் புனைவாக்கியுள்ளார் எஸ்.ரா. ஆனால், அஃது ஒரு பெரும்போராட்டம். அதனை எதிர்கொள்ள மனத் திண்ணம் வேண்டும் என்பதை இப்புதினம் பிரதிபலிக்கிறது. ஆதலால்தான் என்னவோ, 'நீலச் சக்கரம் கொண்ட மஞ்சள் பேருந்து' என்னும் நூலை அரசுப் பள்ளி ஆசிரியர்களுக்குச் சமர்ப்பணம் செய்துள்ளார் எழுத்தாளர் எஸ்.ராமகிருஷ்ணன்.

தேவை ஒரு பேருந்து, யார் டிரைவர்?, பேருந்தின் வருகை, ஒரு மோதல், பேருந்தின் பறிமுதல், சேதுவின் அம்மா, பேருந்தின் காய்ச்சல், ரெட் டிராகனுடன் போட்டி என எட்டு அத்தியாயங்களாகக் கதை வார்க்கப்பட்டுள்ளது. அரசு பள்ளிக்கென்று தனித்த பேருந்து ஒன்றை வாங்கி இயக்குவதில் ஏற்படும் போராட்டமே கதையின் மையம். இக்கதைக் களம் கரிசல் நிலமான அருப்புக்கோட்டை மாவட்டம் மேக்கரை கிராமம். கதை மாந்தர்களாகப் பள்ளித் தலைமை ஆசிரியர் பழனியப்பன், முந்நாள், இந்நாள் மாணவர்கள், விக்டோரியா பள்ளி நிர்வாகி ராஜலெட்சுமி, டிரைவர் பாலகுரு, சரவணமூர்த்தி, டிரைவர் ஜேக்கப், துரைக்கண்ணு, கிராம மக்கள் ஆகியோர் முக்கியக் கதைமாந்தர்களாக உள்ளனர். பேருந்தை வாங்குவதில் உள்ள சிக்கல், குழப்பம், சுமை என்றான போராட்டத்துடன் கதை நகர்கிறது.

அரசுப் பள்ளி வாங்கிய பேருந்திற்கும் தனியார் பள்ளிப் பேருந்திற்கும் போட்டி உண்டாகிறது. அதனால், பல்வேறு நெருக்கடிகள் ஏற்படுகின்றன. அதன்பால் ஏற்படும் விளைவுகள்

நீலச்சக்கரம் கொண்ட மஞ்சள் பேருந்து

எஸ்.ராமகிருஷ்ணன்

கலந்த போராட்டக் களமாகக் கதைப் போக்கு உள்ளது. வேடிக்கையான நிகழ்வுகள், மழைக்கால மகிழ்வுகள் என்றுள்ள பதிவுகள் வாசிப்பின் சுவையை அதிகரிக்கிறது. அரசுப் பள்ளி x தனியார் பள்ளி, பெருந்தன்மை x ஆற்றாமை, வெற்றி x தோல்வி என்பதான முரண்களின் இயல்புகள், திருப்பங்கள் நிறைந்த கதைப்பின்னலோடு சுவாரசியமாக யதார்த்தத்தோடு கதையைச் செறிவாக்கியுள்ளார் எஸ்.ராமகிருஷ்ணன்.

அருப்புக்கோட்டை மாவட்டம் மேக்கரை கிராமத்திலுள்ள தணிகை ஆரம்ப அரசுப் பள்ளியில் ஏராளமானோர் பயின்றுள்ளனர். அவர்களில் பெரும்பாலானோர் இன்று மிக உயரிய இடத்திற்குச் சென்றுள்ளனர். பள்ளியும் உயர்நிலை, மேல்நிலைப் பள்ளியாக உயர்ந்துள்ளது. இப்பள்ளியின் தலைமை ஆசிரியராகப் பழனியப்பன் என்பவர் பணியாற்றுகிறார். தணிகை கிராமத்தின் அருகில் உள்ள ஆதனூரில் விக்டோரியா ஆங்கிலப் பள்ளி உள்ளது. இப்பள்ளி உரிமையாளர் முன்னாள் சட்டமன்ற உறுப்பினர். இவர் கல்குவாரியும் நடத்தி வருபவர். இந்த ஆங்கிலப் பள்ளியின் நிர்வாகியாக அவரது மனைவி ராஜலெட்சுமி உள்ளார். இவர்கள் நடத்தும் பள்ளியில் அனைத்திற்கும் மாணவர்களிடம் இருந்து கட்டணம் வசூலிக்கப்படுகிறது.

ஆனால், தணிகை அரசுப் பள்ளியில் எதற்கும் கட்டணமில்லை. இருப்பினும், மக்கள் தொடர்ந்து தனியார் பள்ளிக்கே செல்ல முற்படுகின்றனர். இதன் காரணமாக அரசுப் பள்ளி தலைமை ஆசிரியர் மக்களுடன் பல்வேறுகட்ட கலந்துரையாடலில் ஈடுபடுகிறார். அதனடிப்படையில் மக்களின் ஆதரவோடு அரசுப் பள்ளிக்கென்று தனித்த பேருந்து ஒன்றை வாங்கத் திட்டமிடுகிறார் தலைமை ஆசிரியர். தணிகை அரசுப் பள்ளியின் முன்னாள் மாணவர்களின் உதவியோடு அரசுப் பள்ளிக்குப் பேருந்து ஒன்றை வாங்குகிறார். இந்தப் பேருந்தை இயக்க இந்நாள் பள்ளி மாணவர் சேதுவின் தந்தை பாலகுரு நியமிக்கப்படுகிறார்.

அரசுப் பள்ளி பேருந்து ஒன்றைச் சொந்தமாக வாங்கி இயக்குவதை விக்டோரியா பள்ளி நிர்வாகியால் தாங்கிக்கொள்ள முடியவில்லை. எந்த விதத்திலாவது முடக்க எண்ணுகிறார். அப்போது, தொடங்கிய கடும்போட்டி உச்சம் வரை செல்கிறது. மேலும், ஆங்கிலப் பள்ளி நிர்வாகியின் சூழ்ச்சியால், அரசுப் பள்ளிப் பேருந்து காவல்துறையினரால் பறிமுதல் செய்யப்படுகிறது. அரசுப் பள்ளியின் மஞ்சள் பேருந்து பலவிதமான அவமானம்,

நெருக்கடி, சுமைகள் உள்ளிட்டவற்றைக் கடந்து செல்கிறது. அரசுப் பள்ளி, தனியார் பள்ளி ஆகிய இரு பேருந்துகளும் எப்பொழுதெல்லாம் சந்திக்கிறதோ? அப்போதெல்லாம் போட்டி உணர்வில்தான் இயங்குகின்றன. இப்போட்டியைப் பேருந்தில் பயணிக்கும் இரு பள்ளி மாணவர்களும் விரும்பிக் கொண்டாடுகின்றனர்.

காலை வேளையில் மாணவர்களை ஏற்றிக்கொண்டு வரும் அரசுப் பள்ளி பேருந்தானது, சந்தைக்குச் செல்லும் வியாபாரிகள், மருந்து வாங்கச் செல்பவர்கள், வெளியூருக்குச் செல்பவர்கள் எல்லோரையும் ஏற்றிக்கொண்டு செல்கிறது. மழைக் காலத்தில் அரசுப் பேருந்தினுள் மழைநீர் வடிகிறது. இம்மழை நீரைக் கண்ட மாணவர்கள் தன் நீண்ட கால நண்பனைச் சந்தித்த மகிழ்ச்சியில் கொண்டாடித் திளைக்கின்றனர். பேருந்தினுள் மழைநீர் புகுந்தால் பேருந்திற்குக் காய்ச்சல் வந்தது. பேருந்து மருத்துவரான மெக்கானிக் மருந்தளித்துச் சரிசெய்கிறார். மேலும், பழைய பேருந்து என்பதால் அடிக்கடி பழுது ஏற்படுகிறது. அதனைச் செப்பனிட்டு மீண்டும் மீண்டும் பயணிக்கிறது அரசுப்பள்ளி.

இப்புதினத் தலைப்பில் நீலம் (சக்கரம்), மஞ்சள் (பேருந்து) ஆகிய நிறங்களை எஸ்.ரா. குறியீடாக்கியுள்ளார் என்று திறனாய்வாளர்கள் தேட முற்படுவர் என்பது உறுதி.

நிகழ்வுகளால் பின்னப்பட்டுள்ள இக்கதையாடலை வாசகர்கள் அவ்வளவு எளிதில் கடந்துவிட முடியாது. தலைமை ஆசிரியர் பழனியப்பன் செயல்படக்கூடிய ஆசிரியராகத் திகழ்வதால் மாணவர்களின் நலனில் அக்கறை செலுத்துவதை இந்நூல் வெளிச்சமிடுகிறது. ஒவ்வொருவரின் இல்ல நூலகத்தில் இடம் பெற வேண்டிய நூல்களில் இதுவும் ஒன்று.

அரசுப் பள்ளியில் படித்து உயர்ந்த நிலைக்குச் சென்றவர்களும், ஆசிரியர்களாக ஆனவர்களும், பெற்றோர்களும், கல்விசார் சிந்தனை மற்றும் கல்விப் புலத்தின் மீது கவனம் செலுத்துபவர்களும் வாசிக்க வேண்டிய நூலாக 'நீலச்சக்கரம் கொண்ட மஞ்சள் பேருந்து' உள்ளது.

5
சாமீ...

(நாடகவியலாளர் கி.பார்த்திபராஜா)

நடிப்பாற்றலின் உச்சம் சங்கரதாஸ் சுவாமிகள் : நாடகவியலாளர் கி.பார்த்திபராஜா எழுதிய 'சாமீ...' 'நாடகத் தந்தை' தூ.தா.தவத்திரு சங்கரதாஸ் சுவாமிகளின் வரலாற்றுப் பிரதியை 368 பக்கங்களில் 70 அத்தியாயங்களோடு பரிதி பதிப்பகம் 2021இல் வெளியிட்டுள்ளது.

நாடகவியலாளர், தமிழ்ப் பேராசிரியர் முனைவர் கி.பார்த்திபராஜா சென்னைப் பல்கலைக்கழக மாணவராகப் பயின்றபோது நாடக இயக்கங்களோடு இயங்கத் தொடங்கியுள்ளார். தற்போது, 'மாற்று நாடக இயக்கம்' என்னும் அமைப்பைத் தோற்றுவித்து, மாணவர்களுக்கு நாடகப் பயிற்சியளித்து வருகிறார். தெருக்கூத்து, இசை நாடகம், நவீன நாடகங்களைக் குறித்து ஆய்வு நூல்களை எழுதியுள்ளார். 'நெடும்பயணம்', 'புதிய ஒளி' ஆகிய இரண்டும் இவரது நாடகத் தொகுப்புகள் ஆகும். நூற்றுக்கும் மேற்பட்ட ஆய்வுக் கட்டுரைகளை எழுதியுள்ளார். தமிழ் நாடக வரலாற்றின் மிக முக்கிய ஆளுமையாகத் திகழ்ந்தவர் தூ.தா. தவத்திரு சங்கரதாஸ் சுவாமிகள். நாடக நடிகர், பாவலர், இசையறிஞர், நாடக ஆசிரியர், நடிப்புப் பயிற்றுநர், நாடகக் குழு நிறுவனர் என நாடகத்துறையின் பன்முக ஆற்றல் கொண்டவராகத் திகழ்ந்துள்ளார்.

இவர் 1867 முதல் 1922 வரை வாழ்ந்துள்ளார். நாடக நடிகனாக இருந்த சுவாமிகள் நாடகத்தை இயக்கும் ஆசிரியராகப் பரிணமித்ததின் பின்னணி, சுவாமிகளின் துறவு வாழ்க்கை, சங்கரதாஸ் சுவாமிகள் நடத்திய 'நாடக சபைகள்', நாடகப் பயிற்சிப் பள்ளிகளின் முன்னோடியாக விளங்கிய சுவாமிகளின் 'பாலர் சபா'வின் பயிற்சி முறைகள், நாடகத் துறையில் ஏற்படுத்திய மாற்றங்கள், தாக்கங்கள், முத்துச்சாமி கவிராயருடன் நட்பு, குறைந்த மணி நேரத்தில் நாடகங்களை எழுதும் ஆற்றல், புராணம், இதிகாசம், காவியம், காப்பியம், வரலாறு, நாட்டார் வழக்காறு, இலக்கியம், உண்மை நிகழ்வு, சமகால அவலம்

சாமி...

'நாடகத் தந்தை'
தவத்திரு தூ.தா.சங்கரதாஸ் சுவாமிகளின் வரலாறு

கி.பார்த்திபராஜா

போன்றவற்றை நாடகப் பிரதியாக்குதல், கதை மையம், பாடல், வசனம், உடல்மொழி, வெளிப்பாடு, கலைஞர்கள் தெரிவு, இசை நாடகப் புலமை, மரபுக் கவிதையில் புலமை, மேற்கத்திய இசையின் தாக்கம் போன்றவற்றை உள்ளடக்கிய கலவையாக எழுதியுள்ளார் கி.பார்த்திபராஜா.

சங்கரதாஸ் சுவாமி தன்னுடைய நாடகங்களில் நடிக்கும் கலைஞர்களுக்கு மொழிப் பற்றுடன் தமிழ்மொழியைக் கற்றுக்கொடுத்துள்ளார். அதேசமயத்தில் அவர்கள் ஒழுக்கத்தில் சிறந்து விளங்க வேண்டும் என்பதான பாடத்தையும் கற்பித்துள்ளார். இலக்கணப் புலமையோடு கவி பாடுவதில் வல்லவராகவும் இரண்ய கசிபு, இராவணன், எமதர்மன், சனீஸ்வரன் போன்ற அசுர வேடங்களில் நடித்து நடிப்பாற்றலில் ஆளுமை மிக்கவராகவும் திகழ்ந்துள்ளார். சங்கரதாஸ் சுவாமிகள் தனது முப்பது ஆண்டுகளுக்கு மேலான நாடக வாழ்க்கையில் ஏராளமான நாடகக் கலைஞர்களை உருவாக்கியுள்ளார்.

அதில் பி.யு.சின்னப்பா, சி.கன்னையா, டி.எஸ். துரைராஜ், தி.ச.கண்ணுச்சாமி பிள்ளை, டி.கே.சங்கரன், டி.கே.முத்துசாமி, டி.கே.சண்முகம், டி.கே.பகவதி, பாலாம்மாள், பாலாமணி போன்றோர் குறிப்பிடத்தக்கவராவர். தனது 24 வயதில் நாடக உலகில் அடியெடுத்து வைத்த சங்கரதாஸ் சுவாமிகள் தொடர்ந்து நூற்றுக்கும் மேற்பட்ட நாடகங்களை எழுதியுள்ளார். அவற்றைப் பட்டியலிட்டு உள்ளது இப்பிரதி. மேலும் அவர் எழுதிய கவிதைகளைப் பதிவு செய்து உரையாடியும் இருக்கிறது. சங்கரதாஸ் சுவாமிகள் எழுதிய நாடகங்களில் குறிப்பிட்ட சில நாடகங்களை அதன் உரையாடலின் வடிவிலேயே அளித்திருக்கிறது. இப்பதிவானது வாசகர்களுக்கு நாடகம் குறித்த வடிவத்தை, வாசிப்பு அனுபவத்தில் அளித்துச் செல்லும். சுவாமிகளின் வாழ்க்கை வரலாறு சிறுசிறு அத்தியாயங்களாகப் பகுக்கப்பட்டுள்ளது. அவற்றில் கூறப்படும் செய்திகள் குறுகுறு பத்திகளாக அமைக்கப்பட்டுள்ளன.

ஒவ்வொரு அத்தியாயங்களுக்கு இடையிடையே கறுப்பு, வெள்ளை நிறத்தில் படங்கள் காட்சிப்படுத்தப்பட்டுள்ளன. மேலும், பிரதியின் பக்க வடிவமைப்பும், முன் அட்டைப் படமும் நேர்த்தியாக வடிவமைக்கப்பட்டுள்ளன. 'சாமீ' பிரதி இப்படிப் பல்வேறு அம்சங்களைத் தன்னகத்தே கொண்டுள்ளது. சுவாமிகளின் வாழ்க்கை வரலாற்றில் பிறப்பு முதல் இறப்பு வரையில் மட்டும்

பதிவு செய்யவில்லை. மாறாக அவரைப் பற்றித் தொடர்ந்து பேசிய ஆளுமைகளின் நூற்குறிப்புகளை முன்வைத்தும் அவருடைய வரலாற்று நூலைக் கட்டமைத்திருப்பது என்பது மாற்று அணுகுமுறையே. மேலும், இந்தப் பிரதியானது 350 பக்கங்களுக்குமேல் எழுதப் பெற்றிருந்தாலும் 122ஆவது பக்கத்திலேயே சுவாமியின் மரணம் குறித்துப் பதிவு செய்யப்பட்டுள்ளது. இருப்பினும் அதற்கு மேற்பட்ட சுமார் 220 பக்கங்கள் வரையில் சுவாமிகளின் நாடகச் செயல்பாட்டை உரையாடிச் செல்கிறது.

சுவாமிகளின் மாணவர்களையும், அவர்களது பார்வையில் சுவாமிகளின் படைப்பாற்றல் திறனையும் பயிற்சியையும் மதிப்பீட்டையும் உள்ளடக்கியுள்ளது. அந்த வகையில் சங்கரதாஸ் சுவாமிகளுடைய நாடகச் செயல்பாடுகளை வரலாற்றுப் பிரதியாக வாசகருக்கு வழங்கக்கூடிய விதத்தில் இந்தப் பிரதி புதுமையும் தனித்துவமும் பெற்றுள்ளது எனலாம். மேலும், குறைந்த பக்க அளவு கொண்ட பிரதியாக எழுதப்பட்டிருக்கலாம் என்ற எண்ணம் வாசகருக்கு ஏற்பட வாய்ப்புண்டு. இதனிடையே பிரதியில் தட்டச்சுப் பிழைகள் ஆங்காங்கே உள்ளதால் அவை தொடர் வாசிப்பிற்குத் தடையாக அமையக்கூடும். நாடகவியலாளர் பார்த்திபராஜா சுவாமியைத் தன் குருவாகப் பாவித்துப் பக்திமையுடன் அவரை வியந்து பார்க்கும் பார்வையுடன் அணுகியுள்ளதைப் பிரதி முழுக்க காணலாம். சுவாமிகளுடைய நாடகங்களால் ஈர்க்கப்பட்ட கி.பார்த்திபராஜா அவருடன் ஐக்கியமாகி நாடகவியலோடு பயணப்படுகிறார்.

அதனடிப்படையில், ‘சாமீ’ ஒரு வரலாற்று நூலாக வாசிக்கும் பார்வையைக் கடந்த ஒரு மாற்று வாசிப்பைக் கோரி நிற்கிறது.

நாடகவியலாளர் கி.பார்த்திப ராஜா நேர்காணல்

6
மான்டேஜ் மனசு

(ஊடகவியலாளர் க.நாகப்பன்)

எழுத்தாளர் க.நாகப்பன் எழுதிய 'மான்டேஜ் மனசு' (திரைக்குள் நம் காதல் தேடல்) 172 பக்கங்களில் 2017இல் தோழமை வெளியீடாக வந்துள்ளது.

அலைபாய்ந்தவன் உணர்ந்த காதல்!, இன்றும் நெஞ்சில் அழியாத கோலங்கள்!, ஆள் மாற்றிடும் 'அட்டகத்தி' வியூகம்!, பிரேம் அத்தியாயங்கள் ஓய்வதில்லை!, காதல் கொண்டவர்களின் கதை!, அனிதாக்களின் காலனிகள்!, அழகல்ல காதல்... காதலே அழகு!, விண்ணைத் தாண்டி வருபவர்கள்!, காதலுக்கு மரியாதை செய்தவர்கள்!, சுற்றிச் சுழலும் ரொமான்ஸ்கள்!, ஆனந்தியும் அவனும் 'தனி'த்துவ காதலும்!, காதல் கடத்தும் அழகிய தீ!, தொட்டுத் தொட்டுப் போகும் 'காதல்', ரெட்டை வால் காதல்!, நீரில் மூழ்கி காதலில் மீண்ட பறவை!, மாரிகளின் தீராக் காதலால் வாடா 'பூ'வுலகு, மௌன ராகம் காதலின் பேசாமொழி!, மாறாக் காதலின் பொக்கிஷங்கள், லன்ச் பாக்ஸ் மதிப்புமிகு மாற்றுக் காதல்! உள்ளிட்ட தலைப்புகளில் மான்டேஜ் மனசு சிலாகிக்கிறது.

'தமிழ் இந்து திசை'யில் வெவ்வேறு காலகட்டங்களில் தொடராக வாசகர்களிடம் வரவேற்பைப் பெற்ற 'மான்டேஜ் மனசு' நூல் வடிவமாக ஆக்கம் பெற்றுள்ளது என்பது குறிப்பிடத்தக்கது. தான் பார்த்த திரைப்படங்களில் இருந்து தன்னைச் சுற்றி உள்ளவர்களின் காதலையும் தன் காதலையும் பொருத்திப் பேசுகிறார் நாகப்பன். இவர் திரைப்படங்களைப் பற்றி எழுதும் வழக்கமான பாணியில் இருந்து விலகிப் புதிய பாணியைக் கையாண்டுள்ளார். தமிழ் சினிமாவில் காதல் எந்தெந்தக் காலகட்டத்தில் எப்படி எல்லாம் பரிணமிக்கிறது என்பதான புள்ளியை அடைய வைக்கிறார். ஒவ்வொரு காலகட்டத்திலும் காதல் உருமாறிக் காட்சிப்படுகின்றன. திரையில் காட்டும் காதல் யதார்த்த வாழ்விலும், யதார்த்த வாழ்வில் உள்ள காதல் திரைப்படங்களிலும் பிரதிபலிக்கின்றன என்பதைத் துல்லியமாகக் காட்டுகிறார்.

எழுத்தாளர் நாகப்பன் தன்னைச் சுற்றி உள்ளவர்களின் காதல் வழியாகத் திரைப்படக் காதலைத் தேடுவதும், தான் பார்த்த

மான்டேஜ் மனசு

க.நாகப்பன்

திரைப்படங்களின் காதல் வழியாகச் சுற்றி உள்ளவர்களின் காதலைத் தேடுவதும் என்பது புதிய அணுகுமுறை மட்டுமன்று. திரைப்படங்கள் காட்டும் வாழ்க்கை என்பது வேறு; யதார்த்த வாழ்க்கை என்பது வேறு; அதில் குறிப்பாகத் திரைக் காதல் என்றால் மாயை என்பதான கருத்தியலுக்கு மாற்றாகப் பேசுகிறது 'மான்டேஜ் மனசு.' மேலும், நீண்ட காலமாகத் திரைக் காதல் மீது தொடுக்கப்படும் விமர்சனத்தைக் கேள்விக்குட்படுத்துகிறது. மாயையிலும் யதார்த்தம் குடிகொண்டுள்ளது என்பதை வெளிச்சமிட்டுக் காட்டுகிறது. யதார்த்த வாழ்வில் திரைக் காதலைச் சுட்டிக்காட்டிச் சுவாரசியமாக முன்னெடுத்துள்ளார் நாகப்பன். 'மான்டேஜ் மனசு' நூலில் எல்லாப் பருவத்தினருக்கான காதலையும் தேடி எடுக்க முடியும்.

மேலும், திருமணத்திற்கு முன்னான காதலையும் திருமணத்திற்குப் பின்னான மாற்றுக் காதலையும் முன்வைத்து உரையாடுகிறது. நட்பு காதலாக மாறுவது, காதல் நட்பாக மாறுவது, ஒரு தலையாகக் காதலிப்பது, தன்னைவிட மூத்தவரை அல்லது இளையவரைக் காதலிப்பது என்பதான பதிவும் இந்த நூலில் இடம் பெற்றுள்ளது. படிப்பதற்கு வயது ஒரு தடை இல்லை என்பதுபோல காதலிப்பதற்கு வயது ஒரு தடை இல்லை என்னும் கருத்தாடலை அழுத்தமாகப் பதிவு செய்துள்ளது. ஒருவனுக்கு ஒரு காதல், ஒருத்திக்கு ஒரு காதல், ஒருவனுக்குப் பல காதல் என்பதெல்லாம் பேசியும் ஒருத்திக்குப் பல காதலைப் பேசாமலும் செல்கிறது. காதலில் சூழல் காரணமாகச் சுமுகமாகப் பிரியும் காதல், வேதனையோடு பிரியும் காதல், சமூகத் தடைகளால் பிரியும் காதல், மனம் ஒன்றியும் ஒன்றாமலும் முதிர்ச்சி அடையாமலும் பிரிந்த காதல்களைப் பற்றியும் பேசுகிறது.

திருமணத்திற்குப் பின்னான மாற்றுக் காதலை, முதிர்ந்த வயதில் உதித்த காதலை, திருமண வாழ்வில் பிடிபடாத மதிப்புமிகு காதலை அணுகும் இடங்களில் உளவியல் தன்மையில் பார்ப்பதற்கான வாசிப்பைத் தாங்கிச் செல்கிறது. திருமணத்தில் முடிந்த காதலையும், திருமணத்தில் முடியாத காதலையும், ஏற்றுக்கொண்ட, ஏற்றுக் கொள்ளாத காதலையும், மணம் முடிக்க மறுக்கும் காதலையும் பற்றிய உரையாடலில் காதல் பற்றிய மதிப்பீட்டை உள்வாங்கிக்கொள்ள இயலும். மேலும், காதல் என்றால் என்ன? உண்மைக் காதல் என்பது எது? உண்மைக் காதல் என்பது ஒன்று உண்டா? காதலுக்கான பொருள் என்ன? காதலின் உண்மைத் தன்மையைப் பார்க்க முடியுமா? அதன் நம்பகத்தன்மைதான் என்ன? அவற்றிக்கு எல்லை உண்டா? காதல் ஓர் இன்பியலா? துன்பியலா? வெற்றி பெற்றால்தான் காதலா? தோல்வி அடைந்தால் அஃது காதல் இல்லையா? என்னும் மனநிலையில் உள்ளவர்களுக்கு மான்டேஜ் மனசு புதிய வெளிச்சத்தைக் காட்டும்.

மாறாக் காதலின் பொக்கிஷங்கள் என்னும் தலைப்பு கடித வடிவில் எழுதப்பட்டுள்ளது. அத்தலைப்பு நினைவில் நிற்கக் கூடியதாக உள்ளது. திரைப்படங்களில் சில காட்சிகளை எளிதாகக் கடந்து சென்றதைக் கவனிக்க வைக்கிறார் நாகப்பன். கேட்ட பாடல்களை, பார்த்த திரைப்படங்களை மீண்டும் பார்க்கவும், கேட்கவும் தூண்டுகிறது. அதே தருணத்தில் பார்க்காத திரைப்படங்களையும் பார்க்க வைக்கிறார். 'மான்டேஜ் மனசு' காதல் பற்றிய பார்வையையும் புரிதலையும் வாசகனால் உள்வாங்கிக் கொள்ளும் போக்கை அளிக்கிறது. தமிழ்மொழிப் படங்களைக் கடந்து வேற்று மொழிகளான மலையாளம், ஆங்கிலம் உள்ளிட்ட மொழிப் படங்களைக் காட்சிப்படுத்தி விவரிப்பது வரவேற்கத்தக்கது. திரையும் சமூகமும் கடந்து வந்த காதல் பரிணாம வளர்ச்சியை அடையாளப்படுத்தும் நாகப்பன், இக்காதலை ஒரே நேர்க்கோட்டில் வைத்துப் பார்க்கவும் துணைசெய்கிறார்.

'மான்டேஜ் மனசு' நூலின் உட்தலைப்புகள் பெரும்பாலும் திரைப்படங்களின் பெயர்களைச் சுற்றியே வைக்கப்பட்டுள்ளன. அலைபேசி உரையாடல், சமூக ஊடகம், திடீர் சந்திப்பு எனப் பல்வேறு நினைவலைகளில் தன் எழுத்துகளைத் தொடங்குகிறார் நாகப்பன். வசந்த், சேரன், பா.ரஞ்சித், பாலு மகேந்திரா, சீனுராமசாமி, செல்வராகவன், மணிரத்னம் போன்ற இயக்குநர்களின் திரைப்படக் காதலை மிக விரிவாகவும் ஆழமாகவும் எடுத்தியம்பியுள்ளார். 'மான்டேஜ் மனசு' காதலைப் புனிதத்துவப்படுத்த முயற்சி செய்கிறது என்பதான பார்வையையும், காதலைக் கொண்டாடும் மனோபாவத்தை அளிக்கிறது என்பதான பார்வையையும் வாசகர்கள் பெறக்கூடும். மேலும், நூலின் அநேக இடங்களில் எழுத்தாளனின் குறுக்கீடு வாசகனின் வாசிப்புச் சுதந்திரத்திற்குத் தடையாக மாறக்கூடும்.

எழுத்தாளர் ஆண் நண்பர்களின் காதலைச் சிலாகிக்கும் அளவிற்குப் பெண் தோழிகளின் காதலையும் சிலாகிக்கத் தவறிவிட்டார். மேலும், வாசகனின் எண்ண ஓட்டத்தை அறிந்து வாசகனுடன் பேசிச் செல்லும் நடை வாசகனை இரசிக்க வைக்கும். வாசகனை நோக்கி எழுப்பப்படும் வினாக்கள் சிந்திக்க வைக்கின்றன. 'மான்டேஜ் மனசு' நூலை எழுதிய நாகப்பன் திரைக்குள் நம் காதல் தேடல் என்கிறார். ஆனால், 'மான்டேஜ் மனசு' நூலை வாசித்த வாசகர்கள் 'மான்டேஜ் மனசு' நூலுக்குள் தங்களது காதலைத் தேடுவார்கள்.

இந்த நூலை வாசித்து முடிக்கும் ஒவ்வொரு வாசகருக்கும் எழுத்தாளன் காதலைச் சுற்றி வாழ்ந்தாரா? இல்லை, காதல் எழுத்தாளனைச் சுற்றி வாழ்ந்ததா? என்னும் வினா உறுதியாக எழும்.

7

ஹேபர்மாஸ்

– பேராசிரியர் இரா.முரளி

பேராசிரியர் முரளி 102 பக்கத்தில் எழுதிய **'ஹேபர்மாஸ்'** என்னும் நூலைப் பரிசல் புத்தக நிலையம் 2022 செப்டம்பரில் வெளியிட்டுள்ளது. ஜெர்மன் நாட்டைச் சேர்ந்த ஹேபர்மாஸ் 1929இல் பிறந்தவர். சம காலத்தில் வாழும் மிக முக்கியமான தத்துவ அறிஞர். 2018இல் ஜெர்மன் பிரெஞ்சு ஊடக விருது பெற்றவர். நவீன மார்க்சியராக அடையாளம் காணப்பட்டவர். மேலும் தனது ஆய்வின் போக்கில் பல்வேறு நகர்வுக்குப் பின்னர் ஜனநாயகம் குறித்த கருத்தியல் பார்வையோடு பயணித்தவர்.

'ஹேபர்மாஸ்' நூலின் ஆசிரியர் இரா.முரளி. இவர் தத்துவத் துறைப் பேராசிரியராகவும் கல்லூரி முதல்வராகவும் பணியாற்றி ஓய்வு பெற்றவர். தத்துவத்துறையில் ஆழங்கால் பட்டவர்களில் ஒருவராகத் திகழ்பவர். மேலும் இவர் Socrates Studio வலையொளிப் பக்கத்தில் கோட்பாடுகள், கோட்பாட்டாளர்கள், தத்துவ அறிஞர்கள், தத்துவவியல் குறித்த உரையாடலை ஓய்வில்லாமல் தீவிரமாகப் பேசி வருபவர். 'ஹேபர்மாஸ்' தன் ஆய்வு அணுகுமுறை மூலம் கருத்தியலில் அடுத்தடுத்த கட்ட நகர்வுகளை நோக்கிச் செல்வதை முன்வைத்து உரையாடுகிறது 'ஹேபர்மாஸ்' நூல்.

விமர்சனக் கோட்பாடு : ஓர் அறிமுகம், ஹேபர்மாஸ், அறிவும் மனித நலன்களும் *(Knowledge & Human Interests)*, தொடர்பு செயல் கோட்பாடு *(Theory of Communicative Action)*, தொடர்பு நெறிக் கோட்பாடு *(Communicative Ethics)*, பொது வெளி, ஹேபர்மாஸியமும் மார்க்சியமும், உலகமயமாதல் - பயங்கரவாதம் தொடர்பு செயல் கோட்பாடு, மதங்கள் குறித்து ஹேபர்மாஸ், முடிவாக... எனப் பத்து உட்தலைப்புகளில் **'ஹேபர்மாஸ்'** நூல் பேசப்பட்டுள்ளது. மார்க்சியக் கோட்பாடானது பல்வேறு நிலைகளில் ஆய்வுக்கும், மறு வாசிப்புக்கும், மறு கட்டமைப்புக்கும், விமர்சனத்திற்கும் உட்படுத்தப்பட்டு வருகிறது. இதில் அதிக

ஹேபர்மாஸ்

இரா.முரளி

பரிசல்

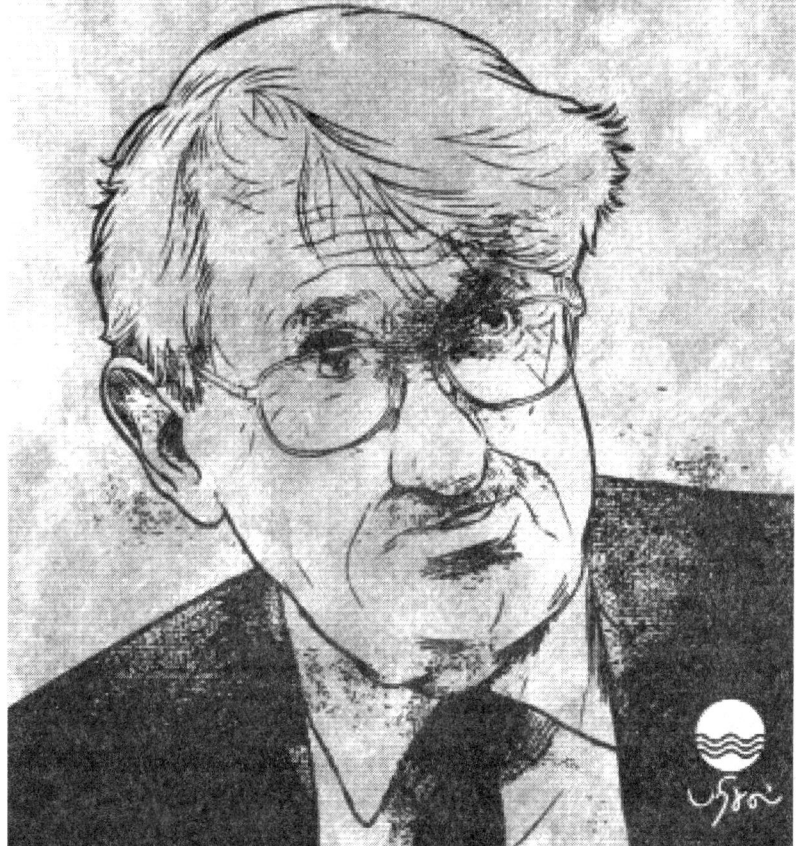

அளவில் விமர்சனத்தை முன் வைத்த நிறுவனம் ஜெர்மனியிலுள்ள பிராங்க்பர்ட் பள்ளி ஆகும். இந்தப் பள்ளியில் கார்ல் கிரன்பெர்க் பொறுப்பில் இருந்தபோது மார்க்சியத்தை அறிவியலாகப் பார்க்கப்பட்டுள்ளது.

பிராங்க்பர்ட் பள்ளி நிறுவனத்தில் ஹோர்க் ஹையர், தியோடோர் அடோர்னோ, லியோ லோவெந்தல், எரிக் பிரோம், பெடரிக் பொல்லாக், ஹெர்பர்ட் மார்க்யூஸ், வால்டர் பெஞ்சமின் போன்றோர் சிறப்பாகச் செயல்பட்டனர். இதில் தியோடோர் அடோர்னோ, ஹோர்க் ஹைமர் ஆகிய இருவரும் ஆய்வின் இறுதி வரை செயல்பட்டனர். அவர்களின் ஆய்வுக் கருத்துகளே 'நவீன விமர்சனக் கோட்பாடு' என அடையாளப்பட்டது. எந்த ஒன்றையும் விமர்சனப் பார்வையுடன் புரிந்துகொள்வதே ஆகச்சிறந்த அறிவாகும். அதனடிப்படையில் தனி மனிதனுக்கும் சமூகத்திற்குமான உறவு குறித்த விளக்கம், புரிதல், விமர்சனக் கோட்பாட்டின் முக்கிய அம்சங்களாக ஹோர்க் ஹைய்மர் கருதியுள்ளார். இவரைத் தொடர்ந்து விமர்சனக் கோட்பாட்டாளர்களில் சமகாலத்தில் வாழ்ந்து கொண்டிருக்கும் பிராங்க்பர்ட் சிந்தனையாளர் 'ஹேபர்மாஸ்.'

ஹேபர்மாஸ் இதுவரை எந்தத் தொலைக்காட்சிக்கும் பேட்டி கொடுத்ததில்லை. மேலும், தனக்காக எந்த ஒரு மின்னஞ்சல் முகவரியையும் பயன்படுத்தவில்லை என்பதும் குறிப்பிடத்தக்கது. பல அறிஞர்களால் பேசப்படும் சிந்தனையாளரான இவர் எழுத்து என்ற அளவில் நில்லாமல் பல அரசியல் மற்றும் சமூகச் செயல்பாடுகளில் ஈடுபட்டவர். இளம் வயதில் ஹிட்லரின் நாசிப்படையில் சேர்க்கப்பட்டுப் போர்முனைக்கு அனுப்பப்பட்டவர். பின் நியூரம்பெர்க் போர்க் குற்றம் படத்தைப் பார்த்து, தான் வாழும் அரசியல் சூழலை உள்வாங்கிக் கொண்டவர். அரசியல் குறித்த குற்றங்களைக் குறித்த இவரின் சிந்தனையோடு பிராங்க்பர்ட் பள்ளியின் சிந்தனையாளர்கள் ஒத்துப்போயினர்.

அதன்பால், 1956இல் அதோர்னாவின் உதவியாளராகச் சேர்ந்தவர். பின்னர், ஹோர்க் ஹைமர் ஆய்வுத்துறைக்குத் தலைவரானார். தனது தத்துவ எண்ணங்களைத் தொடர்ந்து பிரதிபலித்தார். ஒரு கட்டத்தில் 1970இல் 'பயங்கரவாதிகளின் ஆன்மிகத் தந்தை' என்றும் அழைக்கப்பட்டுள்ளார். மனிதர்களின் பரஸ்பரத் தொடர்பு என்பது இவரது தத்துவமாக உள்ளது. அடுத்த கட்டமாகக் கூட்டுறவுடன்

கூடிய உரையாடலுக்கு நகர்கிறார். இவரது கருத்தியலில் வேபர், துர்க்கைம், கார்ல் மார்க்ஸ் ஆகியோரின் சிந்தனைகளை உள்வாங்கியதாக இருக்கும். மேலும், பிராய்டின் மனோதத்துவச் சிகிச்சை முறையில் பெரிதும் ஈர்க்கப்பட்டதால் இதனைக் கருத்தியல் விமர்சனச் செயலுக்கு அடிப்படையாக்க முயற்சி செய்துள்ளார்.

விமர்சனக் கோட்பாட்டில் பகுத்தறிவை வலியுறுத்தினார். இவர் எழுதிய நூல்கள் 'அறிவும் மனித நலன்களும்,' தொடர்பு செயல்பாடு காலகட்டம் ஆகிய இரு நூல்களின் மையமானது கோட்பாடுகளுக்கும் நடைமுறைக்கும் உள்ள பிரச்சினைகளைப் பேசுவதாகும். 'அறிவும் மனித நலன்கள்' நூல் குறித்த பதிவுகளைப் பற்றி விரிவாக உரையாடுகிறார் நூலாசிரியர். தொடர்பு செயல் கோட்பாடு மற்றும் தொடர்பு நெறிக் கோட்பாடு ஹேபர்மாஸ் ஆய்வின் அடுத்த கட்ட நகர்வையும் பேசிச் செல்கிறது இந்நூல். தொடர்பு நெறிக் கோட்பாட்டின் தொடர்ச்சியாகப் பொதுவெளி என்னும் கருத்தியலை முன்வைத்து ஆய்வு செய்கிறார் ஹேபர்மாஸ்.

பொதுக் களத்தில் நடைபெறும் உரையாடல் விமர்சனத் தன்மையும் பகுத்தறிவும் கொண்டதாக இருக்கும் என்கிறார். பொதுவெளியின் வரலாறு, சுதந்திர வடிவிலான பொதுவெளி, சமூக நல அரசில் பொதுவெளியின் நிலை என்னும் தலைப்புகள் மூலம் பொதுவெளி குறித்து பேசிச் செல்கிறார் நூலாசிரியர் பேராசிரியர் இரா.முரளி. "மனிதனை மேம்படுத்துவது உழைப்பு; அதை மனிதன் சக மனிதர்களுடன் கூட்டாகவே செய்கிறான்" என்று மார்க்ஸ் கூறுகிறார். ஆனால் மனிதர்களுடைய தொடர்பு செயலும் மொழியின் முக்கியத்துவத்தை உழைப்பின் அளவிற்கு மார்க்ஸ் வலியுறுத்தவில்லை என்று ஹேபர்மாஸ் கூறுகிறார். மனிதருடைய உறவுகளின் தன்மையில் தோழமை ஏற்படுத்தும் பரஸ்பரத் தொடர்புகள் பற்றியும் மார்க்ஸ் விவாதிக்கவில்லை என்றும் கூறுகிறார். மேலும், பரஸ்பரத் தொடர்பின் மூலமும் செயல்பாட்டின் மூலமும் முன்னெடுக்க முடியும் என்கிறார் ஹேபர்மாஸ்.

இப்படியாக மார்க்ஸிடம் முரண்பட்டாலும் ஹேபர்மாஸ் மார்க்ஸ் கருத்தியலைப் புறந்தள்ளவில்லை என்பதைக் கவனத்தில் கொள்ள வேண்டும். மாறாக மார்க்சியத்தின் மீது விமர்சனப் பார்வையை முன்வைத்து தன் ஆய்வை மேற்கொண்டிருந்தார். ஆதலால்தான் ஹேபர்மாஸ் 'நவீன மார்க்சியர்' என்றழைக்கப்பட்டார்.

இன்றைய முதலாளித்துவம் வளர்ந்த முதலாளித்துவமாக உள்ளது என்று நவீன மார்க்சியர் ஹேபர்மாஸ் கூறுகிறார். ஹேபர்மாஸ் பேசிய தொடர்பு செயல்பாட்டை, 'சமூக ஜனநாயக சோசியலிசம்' என்று அழைத்துள்ளனர். ஹேபர்மாஸ் ஆய்வுகள் குறித்து ஆழமாக விரிவாகச் சிந்தித்து செயல்படும் போக்கில் தன்னுடைய பார்வையையும் கருத்தியலையும் மாற்றிக்கொண்டுள்ளார் என்பது நோக்கத்தக்கது. குறிப்பாக, மதம் குறித்த கருத்தாடலில் இதனைக் கவனப்படுத்தி எடுத்துரைத்துள்ளார் நூலாசிரியர் இரா.முரளி.

இப்பகுதியை வாசகனால் மிக எளிமையாகவும் விரைவாகவும் புரிந்துகொள்ள இயலும். ஹேபர்மாஸ் மதங்களுக்கு எதிரான விளக்கம், மதங்கள் குறித்துக் கடுமையான விமர்சனம் செய்வதை விடுத்து மதச்சார்பற்ற விமர்சனம், மத நம்பிக்கை என்பது தனிப்பட்ட மனிதர்களின் விருப்பு, வெறுப்புகளைப் பொறுத்தது, மதங்கள் சமுதாயத்தில் ஆக்கப்பூர்வமான பங்களிப்புகள் செய்யப்படும் என்பதான கருத்தியல்களைப் பல்வேறு காலகட்டத்தில் தன் நிலைப்பாடாக எடுத்துள்ளார். மதம் குறித்த ஹேபர்மாஸின் இறுதி நிலைப்பாடு 'பின்னை மதச்சார்பின்மை சமூகம்' என்ற புதிய கருத்தியலாக விவாதிக்கப்பட்டது.

வாசிப்பின் ஓட்டத்தில் 'ஹேபர்மாஸ்' நூலை இன்னும் எளியமையாக விவரித்து இருந்தால் அனைத்துநிலை வாசகர்களைச் சென்றடைந்திருக்குமோ? என்பதான எண்ணம் வாசகருக்கு எழ வாய்ப்புள்ளது. வாசகர்கள் அடிப்படையான பல கருத்தாடலை உள்வாங்க மறுவாசிப்பைக் கோர வேண்டியிருக்கும். மேலும், நூலில் உள்ள சில உட்தலைப்புகளின் மொழிநடை வலையொளிப் பக்கத்தில் பேசுவதற்கு உகந்த நடையாக உள்ளதை வாசகர்கள் பெறக்கூடும். மேலும், நூலாசிரியர் ஹேபர்மாஸைச் சில கோட்பாட்டாளர்களோடு பொருத்திப் பேசுவது தேடலுக்கான தீனியாக அமையும். அதே சமயத்தில் சில நூல்களையும் தத்துவ அறிஞர்களையும் அறிமுகப்படுத்திச் செல்வது வாசிப்பை அடுத்த கட்டத்திற்கு நகர்த்துவதற்கான வாய்ப்புள்ளது.

விமர்சனப் பார்வைக்கு முக்கியத்துவம் அளிப்பதற்கான வாய்ப்பை அளிக்கிறது 'ஹேபர்மாஸ்.'

8
யாத்திரை
– எழுத்தாளர் ஆர்.என்.ஜோ டி குருஸ்

எழுத்தாளர் ஆர்.என்.ஜோ டி குருஸ் எழுதிய 'யாத்திரை' புதினத்தைக் காலச்சுவடு பதிப்பகம் 152 பக்கங்களோடு 2021இல் வெளியிட்டுள்ளது.

எழுத்தாளர் ஆர்.என்.ஜோ டி குருஸ் கடலோடியாக வாழ்ந்து வருபவர். இவர் கடந்த 20 ஆண்டுகளுக்கு மேலாகத் தமிழ் இலக்கிய உலகில் மீனவர்களின் வாழ்வியலை அழுத்தமாகப் பதிவு செய்து வருகிறார். தமிழ் இலக்கியத்தில் கடல்சார் வாழ்வியலைப் பதிவு செய்த எழுத்தாளர்களான ப.சிங்காரம், வண்ணநிலவன், ஹெப்சிபா யேசுதாசன், ராஜம்கிருஷ்ணன் போன்ற இன்னும் பிற எழுத்துலக ஆளுமைகளில் இருந்து தனித்துவமாக அடையாளப்படுத்தப்பட்டார் என்பது குறிப்பிடத்தக்க ஒன்று. மேலும் சங்க காலம் தொட்டுச் சுமார் 2000 ஆண்டுகளுக்குப் பின்பு கடலோடிச் சமூகத்தில் இருந்து முகிழ்த்த முதல் எழுத்தாளராக ஆர்.என்.ஜோ டி குருஸ் விளங்குகிறார்.

கடல் நிலப்பரப்பில் வாழும் மீனவர்களின் வாழ்வியலை யதார்த்தத்தோடு இரத்தமும் சதையுமாகப் பதிவு செய்த முதல் எழுத்தாளராகவும் திகழ்கிறார். எழுத்தாளர் ஜோவின் அரசியல்சார் பார்வையில், தான் வாழும் நிலப்பரப்பில் எழுந்த பல்வேறு வினாக்களை உள்வாங்கிக்கொண்டு படைப்பாக்கம் பெற்று வருகிறது என்பது கவனிக்கத்தக்கது. மேலும், இவரது படைப்புகள் பல்வேறு அதிர்வுகளையும், சலசலப்புகளையும், சர்ச்சைகளையும், விவாதங்களையும், வரவேற்புகளையும், எதிர்ப்புகளையும், கேள்விகளையும், உரையாடல்களையும் கடந்து நிற்கின்றன என்றால் அது மிகையில்லை.

ஜோ எழுதிய நான்காவது புதினம் 'யாத்திரை.' கடல்சார் நிலப்பரப்பில் பூர்வக் குடிகளின் தொல் மரபினை இனங்காணும் தேடலின் பெருமுயற்சியே கதையின் மையம். 'யாத்திரை' நாவலில் வரக்கூடிய முதன்மைக் கதைமாந்தர் சிறுவன் வளர்ந்து

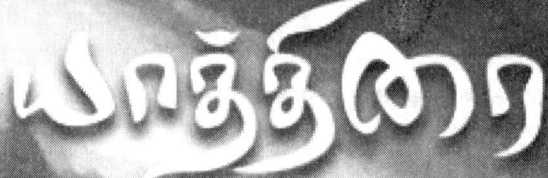

யாத்திரை

ஆர். என். ஜோ டி குருஸ்

முதுமை வயதை எட்டிப் பார்க்கும் வரை கதையாடல் நிகழ்கிறது. இந்த இடைப்பட்ட காலத்தில் முதன்மை கதைமாந்தர் பெறும் அனுபவங்கள் பார்வையில் கதை விரிகிறது. இக்கதையாடல் நேர்கோட்டுத் தன்மையில் சொல்லப்பட்டுள்ளது. கதையில் வரும் சிறுவன் கிறித்துவ மதபோதகராக வேண்டும் என்ற ஆர்வத்தோடு பயணித்த வாழ்வு, அவனைக் கப்பல் நிறுவனத்தில் பணியமர்த்துகிறது. மேலும், தான் வாழும் கடல்சார் வாழ்வியலைப் பதிவு செய்வதில் தேர்ந்த எழுத்தாளனாகப் பரிணமித்து நகர்த்துகிறது.

அவற்றுடன் வரவேற்புகளையும் எதிர்ப்புகளையும் சந்திக்க வைக்கிறது. இதனிடையே அவனது எழுத்து, சமூகம், குடும்பம், நிறுவனம் ஆகிய நான்கு புள்ளிகள் அளிக்கும் நெருக்கடிச் சூழலை உள்வாங்கிப் பயணிக்க அவனது வாழ்வு உந்துகிறது. அவனது கப்பல் நிறுவனத்தில் விபத்து ஒன்று நேர்கிறது. அதில் காயமடைந்த இளைஞனைக் காண மருத்துவமனைக்குச் செல்கிறான். அப்போது அந்த இளைஞனின் வாசிப்பு அனுபவத்தில் இருந்து, 'மீனவச் சமூக இளைஞர்களின் விழிப்புக்காக நமது வாழ்வை படைப்பாகப் பதிவு செய்ய வேண்டும்' என்ற கோரிக்கையை முன்வைப்பான். அச்சமயம் அவனுக்குள் இருக்கும் படைப்பாளி முகம் தட்டி எழுப்பப்படுகிறது.

அதே வீரியத்தன்மையோடு தமிழ் எழுத்துலகில் நுழைய முற்படுகிறான். அங்கு அவனுக்கு ஏற்பட்ட அவமானங்கள் எண்ணில் அடங்காதவை. எழுத்தால் வரவேற்புகளும் எதிர்ப்புகளும் ஒருங்கே கிடைக்கின்றன. ஒரு சூழலில் எழுதுவதை நிறுத்திக் கொள்ள முயன்றான். ஆனால், அது முடியாது. அந்த எழுத்து அவனுள் இரத்தமும் சதையுமாகிப்போனது. இதனை மீண்டும் எழுத உந்தப்படும் சூழலில்தான் உணர்கிறான். அவன் தொடர்ந்து கடல்சார் நாட்டார் வழக்கியல், தொல்மரபுகளின் வேர்களைத் தேடி அலைகிறான். தான் சார்ந்த வாழ்வியல் நிலப்பரப்பின் அடிநாதத்தைப் புரிந்துகொள்வதில் பல்வேறு தருணங்களில் குழப்பமான மனநிலைக்கு ஆட்படுகிறான். அக்குழப்பத்தைத் தெளிவுபடுத்திக்கொண்டு பயணிக்க இயற்கையிடம் வினா, விடை முறையில் பல புரிதலுடனான விளக்கங்களைப் பெறுகிறான். அவனது வாழ்வு இறுதிவரை தொன்மையை விடாமல் துரத்திச் செல்வதை உணர்கிறான்.

'யாத்திரையை வாசிக்கும் வாசகனுக்கு முதன்மை' கதைமாந்தராக வரும் சிறுவன் எழுத்தாளர் ஜோவாக இருக்கலாமோ? என்னும் வினா எழலாம். அவரது எழுத்தைத் தொடர்ந்து வாசிப்பவர்களுக்கு யாத்திரைப் பிரதி ஜோவின் தன் வரலாறாகவோ, தன்னிலை விளக்கமாகவோ உள்வாங்க வாய்ப்பு உண்டு. மேலும், எழுத்தாளனின் குறுக்கீடு வாசிப்புச் சுதந்திரத்தைத் தடை செய்து விடுமோ? என்ற அச்ச உணர்வு எழும் அளவிற்கு எழுத்தாளரின் குறுக்கீடு அதீதமாக உள்ளது. நாவலின் பின்னிணைப்பில் வட்டார வழக்குச் சொல்லகராதி இணைக்கப்பட்டுள்ளது ஆறுதலை அளிக்கக்கூடும்.

ஆனால், கதையில் பயன்படுத்தப்படும் அதிகமான வட்டார வழக்குச் சொல்லாட்சி இன்னும் ஏராளமான சொற்களின் விளக்கத்தை எழுத்தாளரிடம் கோரி நிற்கின்றன. முதன்மைக் கதைமாந்தரின் பெயரைக் கதையோ கதைசொல்லியோ அறிவிக்காததால் 'அவன்' என்னும் சொல்லுக்கு எழுத்தாளர் கைதியாக வாய்ப்பு நேர்ந்துள்ளது. 'ஆழி சூழ் உலகு,' 'கொற்கை,' 'அஸ்தினாபுரம்,' யாத்திரை ஆகிய நான்கு புதினங்களில் மிகமிகக் குறைந்த பக்கங்களைக் கொண்டது என்கின்ற பெருமையை 'யாத்திரை' நாவல் பெறுகிறது.

மேலும், வாசகனின் வாசிப்பு ஓட்டத்தை விரைவுபடுத்தும் கதைக்களத்தை 'யாத்திரை' கொடுத்திருப்பது வரவேற்கத்தக்க அம்சங்களில் ஒன்று.

ஆர்.என். ஜோ டி குருஸ் நேர்காணல் (பகுதி - 1)

ஆர்.என். ஜோ டி குருஸ் நேர்காணல் (பகுதி - 2)

9

வெல்லப் போவது நீதான்

– பேராசிரியர் முகமது அப்துல் காதர்

பேராசிரியர் அ.முகமது அப்துல் காதர் எழுதிய **'வெல்லப் போவது நீதான்'** (மாணவர்களுக்கான கல்வி வழிகாட்டி) பிரதியை 'தி இந்து குழுமம்' 'தமிழ் இந்து திசை' 2022இல் 100 பக்கங்களோடு வெளியிட்டுள்ளது.

பேராசிரியர் அ.முகமது அப்துல் காதர், சென்னை மதுராந்தகம் அருகிலுள்ள செண்டு பொறியியல் கல்லூரியில் முதல்வர் மற்றும் டீன் போன்ற பதவிகளில் பணிபுரிந்து வருகிறார். இவர் நாளிதழ், வார இதழ்களில் மாணவர்களுக்கான கல்வி, வேலைவாய்ப்பு மற்றும் தன்னம்பிக்கை கட்டுரைகளைத் தொடர்ந்து எழுதி வருகிறார். மேலும், தன்னம்பிக்கை சார்ந்த ஆறு நூல்களை எழுதி வெளியிட்டுள்ளார். குறிப்பாகத் தமிழகம் முழுவதும் பல்வேறு பள்ளி, கல்லூரி நிகழ்ச்சிகளில் கலந்துகொண்டு தன்னம்பிக்கை சார்ந்து உரையாற்றி மாணவர்கள் வெற்றிப் பாதையில் செல்ல ஊக்கப்படுத்தி வருகிறார்.

திட்டமிட்டுப் படித்தால் வெற்றி நிச்சயம், மாணவர்களின் மறதியை விரட்ட உதவும் மகத்தான பயிற்சிகள், கவனிக்கும் திறனை வளர்த்துக்கொள்ளுங்கள், தாழ்வு மனப்பான்மையே வெற்றியின் தடை, பொறுமையே வெற்றியின் திறவுகோல், உயர்ந்த இலக்கைத் தீர்மானியுங்கள், தேர்வை நம்பிக்கையோடு எதிர்கொள்ளுங்கள், தேர்வு முடிவல்ல.... ஆரம்பம்!., என்ன படிப்பது? எங்கு படிப்பது?, உதவிக்கரம் நீட்டும் உதவித் தொகைகள், கல்லூரியில் காலடி வைக்கும் மாணவர்களே!, கல்லூரிப் பருவத்தில் தடம் மாறும் மாணவர்கள், இணையதளத்தில் இணையற்ற வாய்ப்புகள், குழு விவாதத்தில் வெற்றி பெறுவது எப்படி?, நேர்முகத் தேர்வு செய்ய வேண்டியவை... செய்யக்கூடாதவை... உயர் கல்வியில் திறமைக்கு மட்டுமே அங்கீகாரம், திறமையை வெளிப்படுத்துங்கள்!, ஆர்வமே வெற்றியின் தூண்டுகோல், சோதனைகளைச் சாதனைகளாக மாற்றுங்கள், கஷ்டப்படாமல் இருக்க கஷ்டப்படுங்கள், உயர்ந்த இலட்சியம் உங்களை உன்னதமானவர்களாக ஆக்கும், ஆசிரியர் பணி மகத்தானது!, இளைஞர்களின் எழுச்சி நாயகன் அப்துல்கலாம்,

தமிழ் திசை

வெல்லப்போவது நீ தான்

மாணவர்களுக்கான
கல்வி வழிகாட்டி நூல்

பேராசிரியர்.அ.முகமது அப்துல்காதர்

ஏ.பி.ஜே.அப்துல் கலாம் அவர்கள் மாணவர்களுக்குச் சொன்ன பத்து உறுதிமொழிகள் உள்ளிட்ட 24 தலைப்புகளில் மாணவர்கள் தன்னம்பிக்கையை வளர்க்கும் எழுத்தை அளித்துள்ளார்.

'வெல்லப்போவது நீதான் பிரதி' பள்ளிப் படிப்பில் தொடங்கிப் பணிக்குச் செல்லும் வரையிலும் வழிகாட்டி, ஆலோசனை, நெறிப்படுத்துதல், அறிவுரை, தன்னம்பிக்கை, அனுபவங்கள் ஆகியவற்றை ஒருங்கே அளிக்கிறது. தாழ்வு மனப்பான்மையை அகற்றி நம்பிக்கையை அளிக்கும் பிரதியாக எழுதியுள்ளார் பேராசிரியர் முகமது. மாணவர்களுக்கான விழிப்புணர்வுப் பிரதியாகவும் விளங்குகிறது. பாடத்தைக் கவனித்தல் முறை, புரிந்துகொள்ளும் முறை, தேர்வுக்குத் தயாராகும் முறை, தேர்வு எழுதும் முறை, திட்டமிடுதல், படிக்கும் முறை, உற்றுநோக்குதல், நேர மேலாண்மை, நினைவாற்றலை வளர்த்தல், சிந்தித்தல், நேர்முகத் தேர்வு, இடைநிலை, உயர்நிலை, மேல்நிலை ஆகிய வகுப்புகளில் மதிப்பெண்கள் பெறும் முறை, உயர்கல்வியில் படிப்பைத் தெரிவு செய்தல் போன்றவற்றை எடுத்தியம்புகிறது.

மேல்நிலை வகுப்பிற்குப் பின்னான உயர்கல்வியை அடையாளப்படுத்தப்பட்டுள்ளது. உயர்கல்வியில் உள்ள துறைகளின் பெயர்கள், இளநிலை, முதுகலைப் பட்டங்களின் பெயர்கள் குறிப்பிடப்பட்டிருக்கின்றன. கல்வி உதவித் தொகை திட்டங்கள், அது பெறும் வழிமுறைகளைப் பற்றியும் பதிவு செய்துள்ளது. கல்லூரியில் காலடி எடுத்து வைக்கும் மாணவர்களுக்குப் போதிய விழிப்புணர்வையும் அளிக்கிறது. உயர்கல்வி பயிலும்போது துறைசார் கூடுதல் அறிவைப் பெற இணையப் பக்கங்களையும், குழுவினரோடு இயங்க வேண்டிய முறைகளையும் அறிவித்துச் செல்கிறது.

உயர்கல்வியில் மதிப்பெண்ணைவிட திறமைக்கு மதிப்பு அதிகம் என்பது பற்றியும் கல்லூரிப் படிப்பை முடித்து பணிக்கான நேர்முகத் தேர்வை எதிர்கொள்வது பற்றியும் கூறப்பட்டுள்ளது. பொறுமை, நிதானம், அமைதி, திட்டமிடல், தொலைநோக்குப் பார்வை, ஆழமாகச் சிந்தித்தல், சுழலை உள்வாங்குதல், திறனை வளர்த்தல், நேர்மறைச் சிந்தனை போன்றவை மாணவர்கள் வளர்த்துக் கொள்ள வேண்டிய அம்சங்கள் என்கிறார் பேராசிரியர் முகமது. மாணவர்கள் மத்தியில் தன்னம்பிக்கையை வளர்க்க ஏ.பி.ஜெ.அப்துல்கலாம் சிந்தனை, கருத்து, செயல், பொன்மொழிகளைப் பெரும்பாலும் பயன்படுத்துகிறார் பேராசிரியர் முகமது.

மேலும், திருவள்ளுவர், லூயிஸ் பிரெய்லி, ஹெலன் கெல்லர், ஸ்டீபன் ஹாக்கிங், சர்வபள்ளி இராதாகிருஷ்ணன், சர்.சி.வி.இராமன்,

தான்சன், குருசாமி, காவியா, முகம்மது சுஹைல், நந்தகுமார் ஐ.ஆர்.எஸ் போன்ற ஆளுமைகளை நம்பிக்கையின் துணைகளாக்கிப் பேசியுள்ளார். நம்பிக்கை தரும் வாசகங்கள், பிரபலமான(வர்களின்) தொடர்களையும், கதைகளையும், குறிப்புகளையும், சொல்லாட்சியையும் பயன்படுத்தியுள்ளார் என்பது குறிப்பிடத்தக்கது. 'வெல்லப் போவது' நீதான் பிரதியை எளிமையான மொழிநடையில் மாணவர்கள் வாசிப்பதற்காக எழுதி இருந்தாலும் தன்னம்பிக்கையைக் கோருபவர்களுக்கும் தன்னம்பிக்கை பேச்சாளர்களுக்கு உற்ற துணையாக நிற்கக்கூடிய பிரதியாக விளங்குகிறது. பிரதியில் உள்ள ஏராளமான எழுத்துப் பிழைகள் வாசகனின் வாசிப்பு ஓட்டத்தை கேள்விக்குள்ளாக்க வாய்ப்புள்ளது.

இதனால், இப்பிரதி அவசரகதியில் வெளியிடப்பட்டுள்ளதா? என்பதான ஐயம் ஏற்படக் கூடும். இருப்பினும் 'நம்பிக்கை' வெற்றியாக மாற்றும் பிரதியாக 'வெல்லப்போவது நீதான்' உள்ளது.

❏